మత ధర్మ జననం

భాగం 2

AF762310

Trade Mark No 5578002 of 23.08.2022
NNR WRITING HOUSE SINCE 1975

గ్రంథ స్రష్ట

నూతలపాటి నాగేశ్వర రావు

ALL RIGHTS RESERVED

All rights reserved. No part of this publication may be reproduced, stored in or introduced into a retrieval system, or transmitted, in any form by any means may it be electronically, mechanical, optical, chemical, manual, photocopying, or recording without prior written permission of the Publisher/ Author/Editor.

Book Name

మత ధర్మ జననం భాగం -2

(Mata Dharma Jananam Part 2)

by

NUTHALAPATI NAGESWARA RAO

Ph: 9490742134

E-mail: nnrwh1975@gmail.com

Copy Right: **NUTHALAPATI NAGESWARA RAO**

Published By: Kasturi Vijayam

Published on: 2026

ISBN (Paperback): 978-81-988184-4-7

Print On Demand

Ph:0091-9515054998

Email: Kasturivijayam@gmail.com

Book Available

@

Amazon, flipkart

సత్యాన్వేషణ పథ సూచిక

ఆముఖం

'మత ధర్మ జననం భాగం-2' హృదయాన్ని మేల్కొలిపే ఆత్మయాత్ర. మానవ చరిత్రలో అనేక గ్రంథాలు రచింపబడ్డాయి. కొన్ని గ్రంథాలు జ్ఞానాన్ని , కొన్ని చరిత్రను తెలియజేస్తాయి, మరి కొన్ని మనస్సును ఆలోచింప జేస్తాయి. అరుదుగా కొన్ని గ్రంథాలు హృదయాన్ని తాకి, మన జీవన దృక్పథాన్నే మారుస్తాయి. ఈ గ్రంథం ఒక విశిష్ట గ్రంథమై వాటి సరసన నిలబడాలన్నదే నా వినమ్ర సంకల్పం.

ఈ గ్రంథమును రచించుటకు నాకు ప్రేరణ కలిగించినది ఒకే ప్రశ్న మతం అంటే ఏమిటి, అది మనిషి జీవితాన్ని ఎలా ప్రభావితం చేస్తుంది? ఈ ప్రశ్నకు సమాధానాన్ని అన్వేషిస్తూ ప్రపంచంలోని ప్రధాన మతాల ఆవిర్భావం, వ్యాప్తి, సంస్కరణలు, విభజనలు, తత్వవేత్తల ఉపదేశాలు, సమాజంపై వాటి ప్రభావం వంటి అంశాలను పరిశీలించాను. ఈ పరిశీలనలో నేను తెలుసుకున్న ఒక గొప్ప సత్యం మతాల మధ్య తేడాలు ఉన్నా, వాటి హృదయం ఒక్కటేనని.

ఈ గ్రంథం ఎందుకు?ఈ గ్రంథం ఒక మతాన్ని ప్రోత్సహించుటకై కాదు, మరొక మతాన్ని విమర్శించుటకై కూడా కాదు. ఇదొక సత్యాన్వేషణ. మనిషి తనలోని దైవత్వాన్ని ఎలా అన్వేషించాడో, ఎలా వ్యక్తపరిచాడో చెప్పే ఒక లోతైన ఆధ్యాత్మిక ఆత్మకథ.

మొదటి భాగములో మత భావన ఆవిర్భావాన్ని పరిచయం చేసాను. ప్రకృతి భయం, జీవన రహస్యాలు, మరణ ప్రశ్న, నైతిక వ్యవస్థ అవసరం ఇవన్నీ కలసి మత భావనకు బీజములై నిలిచిన విధానాన్ని వివరించాను. ఈ పరిశోధన పూర్తిచేసిన తర్వాత నా హృదయం సంతోషముతో నిండిపోయింది. ఎందుకంటే మతాల అంతరంగ సారాన్ని గ్రహించినపుడు విభేదాల కన్నా ఏకత్వమే ఎక్కువగా కనిపించింది.

ఈ గ్రంథం చదివే ప్రతి పాఠకునికి, మీరు ఏ మతస్థులైననూ లేదా నాస్తికులైననూ వారికి ఒక ఆత్మీయ ఆహ్వానం, ఈ గ్రంథాన్ని కేవలం చరిత్రగా కాకుండా హృదయంతో ఆస్వాదించండి.

ప్రపంచ చరిత్రను లోతుగా పరిశీలిస్తే, ప్రతి మతం ఒక దీపస్తంభంలా మానవ జీవిత సముద్రాన్ని వెలిగించింది. అవి కేవలం ఆచార వ్యవస్థలు కావు, అవి మనిషి హృదయపు ఆర్తి నుండి పుట్టిన జీవన సత్యాల మహోన్నత ప్రకటనలు.

బౌద్ధం మనసులో వెలుగు వెలిగిస్తుంది 'అత్తదీపో భవ' నీకు నీవే దీపమవు. బాహ్య దేవతలకంటే అంతరంగ శోధనే శాశ్వత జ్యోతి అని అది బోధిస్తుంది. దుఃఖం సత్యమని, దానికి కారణం ఉందని, దానికి నివారణ సాధ్యమని, ఆ నివారణకు అష్టాంగ మార్గమే పథమని తెలిపిన బోధ మానవత్వానికి నిత్య మార్గదర్శి. క్రైస్తవం ప్రేమను పరమ ధర్మంగా ప్రతిష్ఠిస్తుంది *'నీ పొరుగువానిని నీ తన్ను ప్రేమించినట్లు ప్రేమించుము'* ఈ వాక్యం ద్వేషాన్ని కరిగించే దివ్య సందేశం. క్షమను, కరుణను, పరానుభూతిని మానవ హృదయంలో వికసింపజేసే వసంతస్వరూపం. ఇస్లాం దయ, కరుణలను తన ప్రాణస్వరూపంగా నిలబెడుతుంది *'అల్లాహ్ దయగలవాడు, కరుణామయుడు'* సమానత్వం, సోదరభావం, దానధర్మం అనే విలువలతో మనిషిని వినయానికి, విధేయతకు, న్యాయబద్ధ జీవనానికి నడిపిస్తుంది.

హిందూ ధర్మం విశ్వమానవతకు నినాదమిస్తుంది *'వసుధైవ కుటుంబం'* ఈ భూమంతా ఒకే కుటుంబమని చెప్పే ఈ భావన భిన్నత్వంలో ఏకత్వాన్ని గుర్తుచేస్తూ, హృదయాలను కలుపుతుంది. జైనమతం శాంతి శిఖరాన్ని సూచిస్తుంది *'అహింసా పరమో ధర్మః'* ఆలోచనలో, మాటలో, కార్యంలో హింసకు స్థానం లేకుండా జీవించడమే పరమ ధర్మమని అది ఉపదేశిస్తుంది. సిక్కు మతం సేవను భక్తి సారంగా ప్రతిపాదిస్తుంది *'సేవా'* స్వార్థరహిత సేవలోనే దైవానుభూతి ఉందని అది తెలియజేస్తుంది. తావో తత్వం సహజత్వాన్ని పరమ జ్ఞానంగా భావిస్తుంది. ప్రకృతితో ఏకమై సహజ ధర్మంలో జీవించడమే శాంతికి మార్గమని సూచిస్తుంది. కన్ఫ్యూషియన్ తత్వం నైతికతను సమాజ

సౌఖ్యానికి మూలస్తంభంగా నిలబెడుతుంది. వ్యక్తి నీతి సమాజ న్యాయంగా మారినపుడే సుసంఘటిత సమాజం ఏర్పడుతుందని అది బోధిస్తుంది.

ఈ ఉపదేశాలు పరస్పర విరుద్ధాలు కావు, అవి ఒకే సత్యానికి భిన్న స్వరాలు. వేర్వేరు దారులు అయినా చేరేది ఒకే గమ్యం మానవ హృదయ పవిత్రత. ప్రతి మతం తన ప్రత్యేక ప్రకాశంతో వెలిగినా, వాటి అంతరార్థం ఒకటే, మనిషిలో నిగూఢంగా ఉన్న దివ్యత్వాన్ని మేల్కొల్పడం. ఇదే మతాల హృదయసారం, ఇదే మానవత్వ మహాగీతం.

ఈ గ్రంథం ప్రభావం అర్థం చేసుకుంటే, ఈ గ్రంథాన్ని లోతుగా గ్రహిస్తే, మీ హృదయంలో కొన్ని మార్పులు కలగవచ్చు. ఇతర మతాల పట్ల గౌరవం మరింతగా పెరుగుతుంది. విభేదాల కన్నా సామ్యాలను చూడగల దృష్టి కలుగుతుంది. అంధ విశ్వాసాలపై విమర్శనాత్మక ఆలోచన పెరుగుతుంది. స్వమతాన్ని మరింత లోతుగా అర్థం చేసుకోవాలనే తపన కలుగుతుంది. ముఖ్యంగా మరింత మానవత్వంతో జీవించాలనే సంకల్పం పొందుతారు. ఈ మార్పులలో ఏదో ఒకటి అయినా మీలో చోటు చేసుకుంటే, గ్రంథస్రష్ట గా నా సంకల్పం నెరవేరినట్లే.

పాఠకులకు ఒక హృదయపూర్వక విజ్ఞప్తి. ఈ గ్రంథం కేవలం విశ్వాసులకోసం మాత్రమే కాదు, ఆలోచించే ప్రతి మనిషికీ ఇది చెందుతుంది. నాస్తికులైన మీరుకూడా మత చరిత్రను, దాని ఆవిర్భావాన్ని, సమాజంపై చూపిన లోతైన ప్రభావాన్ని అవగాహన చేసుకోవడం అత్యంత అవసరం. ఎందుకంటే మతం అనేది కేవలం ఆరాధన విధానం కాదు, అది కోట్లాది ప్రజల భావోద్వేగాలను, సంస్కృతిని, నైతిక విలువలను, జీవన విధానాన్ని నిర్మించిన శక్తి.

మతాన్ని అర్థం చేసుకోవడం అంటే సమాజపు మానసిక నిర్మాణాన్ని అర్థం చేసుకోవడం. దాని శక్తి, దాని పరిమితులు, దాని సౌందర్యం, దాని విరుద్ధాలు, ఇవన్నీ తెలుసుకోవడం ద్వారా మనం చరిత్రను స్పష్టంగా చదవగలుగుతాం. విశ్వాసం లేకపోయినా విజ్ఞానం ఉండవచ్చు, కాని అవగాహన లేకపోతే విమర్శ అసంపూర్ణమవుతుంది.

నాస్తిక మిత్రులారా, మీరు ఈ గ్రంథాన్ని విశ్వాస దృష్టితో కాకుండా పరిశీలనా దృష్టితో చదవండి. మీ ప్రశ్నలతో, మీ సందేహాలతో, మీ తర్కబద్ధమైన మనస్సుతో ఈ పుస్తకాన్ని సమీపించండి. ఏకీభవించకపోయినా ఫరవాలేదు, కాని తెలుసుకోవడానికి సిద్ధపడండి. ఎందుకంటే సంభాషణ ద్వారానే సమాజం ముందుకు సాగుతుంది.

ఈ గ్రంథం మతాన్ని బలవంతంగా ఒప్పించడానికి కాదు, మతాన్ని అర్థం చేసుకోవడానికి. విశ్వాసి కావచ్చు, నాస్తికుడవచ్చు మనమందరం ఒకే సమాజపు సభ్యులం. ఆ సమాజాన్ని లోతుగా అర్థం చేసుకోవాలంటే, మతం అనే శక్తిని కూడా సవివరంగా తెలుసుకోవాలి. ఇదే నా వినమ్ర విజ్ఞప్తి.

బుద్ధుని ఉపదేశాలలో దేవుని కంటే ధర్మం ప్రాముఖ్యం పొందింది. ఇది ఆలోచనాత్మక దృష్టికి దగ్గరగా ఉంటుంది. అందువల్ల ఈ గ్రంథం ఆలోచించేవారందరికీ చెందినది.

హృదయాన్ని తాకే ఒక అనుభూతి, ఈ గ్రంథ రచనా సమయంలో అనేక సందర్భాలలో నా హృదయం కదిలిపోయింది. యుద్ధాలలో మతం పేరుతో చిందిన రక్తాన్ని చదివినపుడు బాధ కలిగింది. అదే సమయంలో, మతం పేరుతో సేవ చేసిన మహానుభావుల జీవితాలను చదివినపుడు ఆశ కలిగింది. మతం మనిషిని రెండు దిశలలో నడిపింది, విభజన వైపు లేదా ఏకత్వ వైపు. మనం ఎటు నడవాలో నిర్ణయించేది మన హృదయం.

ఈ గ్రంథం ద్వారా నా సంకల్పం మతాలను విమర్శించుట కాదు, వాటి హృదయసారాన్ని వెలికితీయుట, అవగాహనను పెంపొందించుట. చరిత్రను మాత్రమే చెప్పుట కాదు, హృదయాలను తాకుట.

మొదటి భాగంలో మత భావన ఆవిర్భావాన్ని పరిచయం చేసిన తరువాత ఈ రెండవ భాగం పూర్తి చేసినపుడు నా హృదయం సంతోషముతో నిండిపోయింది. ఎందుకంటే ఈ యాత్ర నాకు ఒక సత్యాన్ని నేర్పింది మతాలన్నిటి అంతరంగంలో ప్రేమే ఉంది.

ఈ గ్రంథాన్ని చదివేటప్పుడు ఒక మతస్థుడిగా కాదు, ఒక మానవునిగా చదవండి. మీరు విశ్వాసి అయినా, నాస్తికుడైనా ఈ పుటలలో మీకు ఏదో ఒక స్ఫూర్తి దొరుకుతుంది. 'మతం మనల్ని విభజించకూడదు, మెరుగుపరచాలి, ద్వేషం ద్వేషంతో శాంతించదు, ప్రేమతోనే శాంతిస్తుంది' ఈ ఒక్క వాక్యం ఈ గ్రంథపు హృదయం.

ఈ ఆముఖం ఒక ఆరంభం మాత్రమే. ఈ గ్రంథపు ప్రతి అధ్యాయం ఒక దీపం. ఆ దీపాల వెలుగును హృదయంలో వెలిగిస్తే జీవితం మరింత స్పష్టమవుతుంది. ఇతరులను లోతుగా గ్రహిస్తారు అదే సమయంలో మీ స్వరూపాన్ని కూడా అంతర్గతంగా స్పష్టంగా తెలుసుకోగలుగుతారు. ఇది కేవలం ఒక మత చరిత్ర పుస్తకం కాదు తత్వశాస్త్రం, ఆధ్యాత్మికత, సామాజిక సంస్కరణ, తర్కబద్ధ దృష్టి, మానవతా విలువలు అన్నీ కలిసిన విశాల అధ్యయనం.

ఈ గ్రంథం మీ చేతుల్లోకి వెళ్లిన క్షణం నుంచి అది నా సొత్తు కాదు, మీ ఆత్మయాత్రలో భాగమవుతుంది. దాని అంతరార్థాన్ని గ్రహించి, మీ జీవనంలో అమలు చేస్తే గ్రంథస్రష్ట గా నా ధ్యేయం నెరవేరినట్లే. మతాలు అనేకం, మార్గాలు అనేకం, కాని హృదయం ఒక్కటే. ఆ హృదయాన్ని మేల్కొలిపే యత్నమే 'మత ధర్మ జననం – భాగం 2'. తరువాయి భాగంలో మతం గురించి మరికొంత సమగ్ర అవగాహనా విజ్ఞానము మీ ముందుకు తేవడానికి తప్పక ప్రయత్నిస్తాను.

మీ

10, మార్చి, 2026 (నూతలపాటి నాగేశ్వర రావు)

nnrwh1975@gmail.com

గ్రంథస్రష్ట

Ph:9490742134

సంతనూతలపాడు

nnrao112@gmail.com

Nuthalapati Nageswara rao

Trade Mark No 5578002 of 23.08.2022

NNR WRITING HOUSE SINCE 1975

INTELLECTUAL PROPERTY INDIA

प्ररूप आरजी - 2
Form RG - 2
क्रमांक No. 3219375

व्यापार चिन्ह रजिस्ट्री, भारत सरकार Trade Marks Registry, Government Of India

व्यापार चिन्ह अधिनियम, 1999 Trade Marks Act, 1999

व्यापार चिन्ह के रजिस्ट्रीकरण का प्रमाणपत्र | Certificate of Registration of Trade Mark

(धारा 23 (2), नियम 56 (1)) | Section 23 (2), Rule 56 (1)

व्यापार चिन्ह संख्या / Trade Mark No.	: 5578002
दिनांक / Date	: 23-08-2022
ज. संख्या / J. No.	: 2088

प्रमाणित किया जाता है कि व्यापार चिन्ह / जिसका प्रतिरूप इसके साथ संलग्न है, वह .... के नाम से .... वर्ग में .... संख्या के अधीन दिनांक .... को .... के संबंध में रजिस्ट्रीकृत किया गया है।

Certified that Trade Mark / a representation is annexed hereto, has been registered in the name(s) of :- NUTHALAPATI NAGESWARA RAO, D.NO.10-68-6 LIG-B18, NEAR GOVT HOSPITAL, AMARAVATI PLOTS, VUDA COLONY, TENALI, GUNTUR-522202, ANDHRA PRADESH , INDIA. INDIVIDUAL, (Single Firm)

In Class 16 Under No. 5578002 as of the date 23 August 2022 in respect of

BOOKS, NOVELS, MAGAZINES, PERIODICAL JOURNALS

NUTHALAPATI NAGESWARA RAO

आज वर्ष 20........................ के .... माह के .... वें दिन को मेरे निर्देश पर मुद्रांकित किया गया

Sealed at my direction, this 26th day of June , 2023

व्यापार चिन्ह रजिस्ट्री मुंबई
Trade Marks Registry MUMBAI

व्यापार चिन्ह रजिस्ट्रार
Registrar of Trademarks

Registration is for 10 years from the date of application and may then be renewed for a period of 10 years and also at the expiration of each period of 10 years.

This certificate is not for use in legal proceedings or for obtaining Registration abroad.

Note: Upon any change of ownership of this Trademark or change in address, of the principal place of business or address for service in India a request should AT ONCE be made to register the change.

గ్రంథస్రష్ట

నూతలపాటి నాగేశ్వర రావు

1. మతాల పరిణామ క్రమం – ఆలోచనల వికాసం

ఆది మానవుడి భయం మతానికి మూలకారణం, మతాల జననాన్ని అర్థం చేసుకోవాలంటే మనం నాగరికత మొదలైన దశకు కాకుండా, ఆది మానవుడి హృదయ స్థితికి వెళ్ళాలి. ఆకాశంలో మెరుపు పడింది, గర్జన వినిపించింది, వరదలు వచ్చాయి, ఎండలు మండాయి. అర్థం కాని ప్రకృతి సంఘటనల ముందు మానవుడు తాను చిన్నవాడని గ్రహించాడు. ఆ అశక్తి భావన, భయం, ఆశ్చర్యం, ఆశ్రయం కావాలి అన్న కోరిక, ఇవే మత భావనకు తొలి విత్తనాలు. ప్రకృతిని దేవతగా భావించడం మొదలైంది. వృక్షాలు, పర్వతాలు, నదులు, సూర్యుడు, చంద్రుడు, ఇవన్నీ జీవనాధారాలుగా కనిపించాయి. ఈ దశను 'ప్రకృతి ఆరాధన దశ' గా చెప్పవచ్చు. భయం నుండి భక్తి వరకు ప్రారంభంలో మానవుడి ఆరాధన భయపూరితమైంది. దేవతలు కోపిస్తే కష్టం వస్తుందని నమ్మకం. అందుకే బలి విధానం, యజ్ఞాలు, నైవేద్యాలు ఏర్పడ్డాయి. ఇవి కేవలం ఆచారాలు కాదు, భయాన్ని తగ్గించుకునే మానసిక పద్ధతులు. క్రమంగా మానవుడు గ్రహించాడు 'దేవుడు కేవలం శిక్షించే శక్తి కాదు, కాపాడే శక్తి కూడా' ఇక్కడే భయం అంటే భక్తిగా మారింది. భక్తి అంటే ఆత్మీయత, ఆశ్రయం, సంపూర్ణ సమర్పణ. భయం మనిషిని మౌనంగా చేస్తుంది. భక్తి మనిషిని సంగీతంగా మారుస్తుంది.ఈ పరిణామం మత వికాసంలో కీలక ఘట్టం.

ఆచారం నుండి ఆత్మజ్ఞానం వరకు మతం మొదట ఆచార రూపంలో నిలిచింది. విధులు, నియమాలు, శుద్ధి, పాప, పుణ్యం భావనలు. కాని మత తత్వవేత్తలు 'దేవుడు బయట ఉన్నాడా లేక మనలో ఉన్నాడా?' ఇదే ఆత్మజ్ఞానానికి మొదలు. ఉపనిషత్తులు చెప్పిన 'అహం బ్రహ్మాస్మి' బుద్ధుడు చెప్పిన 'అప్ప దీపో భవ' యేసు చెప్పిన 'దేవుని రాజ్యం మీ అంతరంగంలోనే నిక్షిప్తమై ఉంది' సూఫీ తత్వం చెప్పిన అంతరాన్వేషణ అన్నీ ఒకే దిశలో చూపించాయి. దేవుడు బయటి విగ్రహం కాదు, అంతర చైతన్యం. ఇది మత పరిణామంలో అత్యున్నత దశ.

మతం కేవలం ఆధ్యాత్మిక వ్యవస్థ కాదు. అది ఒక సామాజిక శక్తి. నైతిక నియమాలు, కుటుంబ వ్యవస్థ, వివాహ నియమాలు, ధర్మశాస్త్రాలు, ఇవి సమాజాన్ని క్రమబద్ధం చేశాయి. అయితే ఇక్కడే ఒక ప్రమాదం కూడా ఉంది. ఆచారం నుండి అధికారం, ధర్మం నుండి దుర్వినియోగం మతం నైతికతకు మూలం కాగా, మతాధికారులు రాజకీయంగా మారినప్పుడు, అది విభజనకు కారణమైంది.

మతం తత్వం శాస్త్రం ప్రారంభ దశలో మతం మరియు శాస్త్రం వేరు కాదు. ఖగోళ విజ్ఞానం యజ్ఞాల అవసరాల వల్లే అభివృద్ధి చెందింది. కాల గణన పండుగల వల్ల ఏర్పడింది. కాని తరువాత శాస్త్రం స్వతంత్ర మార్గం ఎంచుకుంది. ప్రశ్నించడం ప్రారంభించింది. మతం విశ్వాసంపై నిలబడితే, శాస్త్రం పరిశీలనపై నిలబడింది. ఇవి విరోధాలు కాదు, రెండు వేర్వేరు దృక్కోణాలు.

మతాల పరస్పర ప్రభావం ఏ మతమూ శూన్యంలో పుట్టలేదు. ప్రతి మతం తనకంటే ముందు ఉన్న సంస్కృతుల ప్రభావాన్ని స్వీకరించింది. బౌద్ధం వేదాంతాన్ని ప్రశ్నించింది. జైనం అహింసను ప్రబలంగా ప్రతిపాదించింది. క్రైస్తవం యూద మతం నుండి పుట్టింది. ఇస్లాం అబ్రహామిక్ సంప్రదాయాన్ని కొనసాగించింది. ఇది సంఘర్షణ కాదు పరిణామం. మతాల వికాసంలో విభజనలు కాలక్రమేణా ప్రతి మతం లోపలే పంథాలు ఏర్పడ్డాయి. అధికార పోరాటం, తత్వ భేదాలు, రాజకీయ ప్రభావం ఇవన్నీ కారణాలు. ఇది సహజ పరిణామం. విభజన ద్వేషంగా మారినప్పుడు మతం తన అసలు ఉద్దేశ్యాన్ని కోల్పోతుంది. భయం నుండి భక్తి వరకు ఆచారం నుండి ఆత్మజ్ఞానం వరకు ఇది మానవ చైతన్య యాత్ర.

మతం ఒక చరిత్ర. మతం ఒక మనస్తత్వం. మతం ఒక సామాజిక నిర్మాణం. మతం ఒక అంతర అన్వేషణ.మతం మనిషిని చిన్నవాడిని చేయడానికి కాదు, అతని లోపలి విశాలతను గుర్తు చేయడానికి.

2. ప్రపంచ ప్రధాన మతాలు – పరస్పర ప్రభావం

ప్రపంచ జనాభాలో సుమారు ఎనభై మూడు శాతం మంది ఏదో ఒక మత విశ్వాసానికి చెందినవారిగా గుర్తించబడుతున్నారు. ఆ విశ్వాస సంప్రదాయాలలో ముఖ్యంగా నిలిచిన పన్నెండు ప్రధాన మత సంప్రదాయాలు ఇవి బహాయీ, బౌద్ధం, క్రైస్తవం, కన్ఫ్యూషియనిజం, హిందూమతం, ఇస్లాం, జైనం, యూద మతం, షింటో, సిక్కిజం, తావో మతం, జొరాస్ట్రియన్ మతం.

హిందూమతం ప్రపంచంలో అత్యంత పురాతన జీవ మత సంప్రదాయం. ఇది ఒక వ్యక్తి స్థాపించిన మతం కాదు. సింధు లోయ నాగరికత, వేద సంస్కృతి, ద్రావిడ మరియు ఆర్య సంప్రదాయాల సమ్మేళనం. వేదాలు, ఉపనిషత్తులు, పురాణాలు, ఇతిహాసాలు ఇవి దాని గ్రంథ సంపద. వేద కాలం నుండి ఉపనిషత్తుల తాత్విక దశ నుండి భక్తి ఉద్యమాలు నుండి ఆధ్యాత్మిక పంథాలు. శైవం, వైష్ణవం, శాక్తం వంటి విభాగాలు అభివృద్ధి చెందాయి.

బౌద్ధం, జైనం వంటి శ్రమణ సంప్రదాయాలు వేదవ్యవస్థను ప్రశ్నించాయి. తరువాత కాలంలో పరస్పర ప్రభావం స్పష్టంగా కనిపించింది. హిందూమతం పతనం కాలేదు. అయితే విదేశీ దండయాత్రలు, అంతర్గత కుల వ్యవస్థ కఠినత, సామాజిక అసమానతల వల్ల బలహీన దశలు వచ్చాయి.

గౌతమ బుద్ధుడు క్రీ.పూ. 6 వ శతాబ్దం, వేద యజ్ఞ విధానాలకు ప్రతిస్పందనగా మధ్యమ మార్గం ప్రతిపాదించాడు. మౌర్య చక్రవర్తి అశోకుని కాలంలో బౌద్ధం విశ్వవ్యాప్తమైంది. శ్రీలంక, చైనా, జపాన్, టిబెట్ వరకు విస్తరించింది. విభాగాలు థేరవాద, మహాయాన, వజ్రయాన. అహింస, కరుణ, మఠ వ్యవస్థ ఇతర మతాలపై ప్రభావం చూపింది. భారతదేశంలో తగ్గుదల గుప్తానంతర కాలంలో బౌద్ధం క్రమంగా క్షీణించింది. రాజకీయ మార్పులు, సంస్కృతిక సమ్మిళితం, దండయాత్రలు ఇవన్నీ కారణాలు.

జైన మతం వర్ధమాన మహావీరుడు 24 వ తీర్థంకరుడు, అహింసను అత్యున్నత ధర్మంగా ప్రతిపాదించాడు. దిగంబర, శ్వేతాంబర విభాగాలు. వాణిజ్య వర్గాల మద్దతు వల్ల బలంగా నిలిచింది. అహింస భావన సమాజంపై ప్రభావం చూపింది.

యూద మతం అబ్రహాం, మోసెస్. ఏకదేవతా భావనకు పునాది. టోరా ప్రధాన గ్రంథం. రాజకీయ దండయాత్రలు, నిర్బంధాలు ఎదుర్కొంది. క్రైస్తవం, ఇస్లాం రెండూ యూద సంప్రదాయాల నుంచి పుట్టాయి. క్రైస్తవ మతం యేసు క్రీస్తు బోధనలు. రోమన్ సామ్రాజ్యంలో వ్యాప్తి. కాథలిక్, ప్రొటెస్టెంట్, ఆర్థడాక్స్ విభాగాలు. పాశ్చాత్య నాగరికత, విద్యా వ్యవస్థ, సేవా సంస్థలపై విశాల ప్రభావం. ఇస్లాం ప్రవక్త మహ్మద్ 7 వ శతాబ్దం, ఖురాన్ పవిత్ర గ్రంథం. సున్నీ, షియా విభాగాలు. మధ్యప్రాచ్యం నుండి ఆసియా, ఆఫ్రికా వరకు విస్తరించింది. విజ్ఞానం, గణితం, వైద్య శాస్త్రాల్లో గొప్ప కృషి.

సిక్కిజం గురు నానక్ 15 వ శతాబ్దం, హిందూ ఇస్లాం తాత్విక సమన్వయం, గురు గ్రంథ్ సాహిబ్. బహాయీ 19 వ శతాబ్దం, ఇరాన్. మానవ ఏకత్వం, ప్రపంచ శాంతి. కన్ఫ్యూషియనిజం కన్ఫ్యూషియస్ చైనా. నైతికత, సామాజిక క్రమశిక్షణ.

తావో మతం లావో జు. ప్రకృతి సూత్రాలకు అనుగుణ జీవనం. షింటో జపాన్ స్థానిక మత సంప్రదాయం. ప్రకృతి దేవతలు, కామి.

జరోఅస్ట్రియన్ మతం జరథుష్ట్ర, మంచి చెడుల మధ్య యుద్ధ భావన. ఏకదేవతా భావనపై ప్రభావం. చిన్న మత సంప్రదాయాలు ఆఫ్రికా, లాటిన్ అమెరికా, ఆదివాసి సంప్రదాయాలు కూడా గొప్ప ఆధ్యాత్మిక వారసత్వాన్ని కలిగి ఉన్నాయి. ప్రతి మతం ఒక సమాజ సమస్యకు ప్రతిస్పందనగా పుట్టింది. రాజకీయ మద్దతు ఉంటే విస్తరించింది. అంతర్గత విభజనలు వచ్చినా, తాత్విక మూలం నిలిచింది. మతాలు పరస్పర ప్రభావంతో మార్పు చెందాయి.

3.భారతదేశంలో బౌద్ధం – చారిత్రక వివాదాలు

భారతదేశం బౌద్ధమతానికి జన్మభూమి. అదే భారతదేశంలో బౌద్ధం ఎందుకు క్షీణించింది? ఈ ప్రశ్న చరిత్రలో అత్యంత చర్చనీయాంశమైన అంశం. భావోద్వేగం కాకుండా, ఆధారాలతో, విమర్శనాత్మక దృష్టితో సమగ్రంగా పరిశీలించడం అవసరం.

బౌద్ధమతం ఆరంభ దశ, ఏకతా భావన. గౌతమ బుద్ధుడు క్రీ.పూ. 6 వ శతాబ్దంలో మధ్యమ మార్గాన్ని ప్రతిపాదించాడు. నాలుగు ఆర్య సత్యాలు అష్టాంగ మార్గం అనిత్యత, అనిచ్ఛ, అనాత్మ ప్రారంభంలో బౌద్ధసంఘం సరళ జీవన విధానాన్ని అనుసరించింది. భిక్షు జీవనం, ధ్యానం, నైతిక నియమాలు.

విభజనల ఆరంభం, బుద్ధుని పరినిర్వాణానంతరం సంఘంలో అభిప్రాయ భేదాలు వచ్చాయి. మొదటి బౌద్ధ సంఘీతి రాజగృహ శాస్త్ర పరిరక్షణ లక్ష్యం. రెండవ సంఘీతి శాస్త్రాచరణలో సడలింపులపై విభేదాలు. ఇక్కడే థేరవాద, మహా సంఘిక విభాగాలు ప్రారంభమయ్యాయి.

ప్రధాన పంథాలు, థేరవాదం మూల బోధనలపై దృష్టి. శ్రీలంక, మయన్మార్, థాయ్‌లాండ్. మహాయానం బోధిసత్వ భావన. చైనా, జపాన్, కొరియా. వజ్రయానం తాంత్రిక విధానాలు. టిబెట్. విభజనలు మత క్షీణత, ఇది సహజ పరిణామం కూడా.

భారతదేశంలో బౌద్ధ వికాస శిఖరం, మౌర్య చక్రవర్తి అశోకుడు బౌద్ధాన్ని సామ్రాజ్య మతంగా ప్రోత్సహించాడు. నలంద, తక్షశిల, విక్రమశీల వంటి విశ్వ విద్యాలయాలు ప్రపంచ స్థాయి విద్యా కేంద్రాలుగా నిలిచాయి. భారతదేశం నుంచి బౌద్ధం ఆసియా వ్యాప్తంగా విస్తరించింది.

క్షీణతకు కారణాలు బహుముఖ విశ్లేషణ, బౌద్ధం క్షీణతకు ఒకే కారణం కాదు. పలు కారణాలు కలిసి పనిచేశాయి. రాజపోషణ తగ్గుదల, గుప్తుల కాలంలో బ్రాహ్మణిక పునరుజ్జీవనం జరిగింది. రాజులు హిందూ ఆలయాలను ప్రోత్సహించారు.

సామాజిక సమ్మిళితం, బుద్ధుణ్ని విష్ణువు అవతారంగా స్వీకరించడం ద్వారా బౌద్ధ తత్వం హిందూ సంప్రదాయంలో కలిసిపోయింది. అంతర్గత విభజనలు, సంఘ శక్తి బలహీన పడింది. 12 వ శతాబ్దంలో ముస్లిం దండయాత్రల సమయంలో నలంద వంటి కేంద్రాలు ధ్వంసమయ్యాయి. ఇది బౌద్ధ విద్యా వ్యవస్థకు తీవ్రమైన దెబ్బ.

బౌద్ధం హిందూమతం చేత నాశనం చేయబడిందా? చరిత్రకారుల మధ్య విభిన్న అభిప్రాయాలు ఉన్నాయి. బ్రాహ్మణిక పునరుజ్జీవనం బౌద్ధాన్ని అణిచివేసింది. పుష్యమిత్ర శుంగుడు బౌద్ధ విహారాలను ధ్వంసం చేశాడని కొన్ని గ్రంథాలు పేర్కొంటాయి. పుష్యమిత్రునిపై ఆరోపణలకు ప్రత్యక్ష పురావస్తు ఆధారాలు తక్కువగా ఉన్నాయని కొంతమంది చరిత్రకారులు అంటారు. అతని కాలంలో కూడా కొన్ని బౌద్ధ స్థూపాలు అభివృద్ధి చెందాయని ఆధారాలు సూచిస్తున్నాయి. చరిత్రను ఒక కోణంలో మాత్రమే చూడలేం.

పుష్యమిత్ర శుంగుడు, చారిత్రక విశ్లేషణ, మౌర్య సామ్రాజ్యాంతరం శుంగ వంశం ఏర్పడింది. పుష్యమిత్రుడు బ్రాహ్మణ వంశస్థుడు. బౌద్ధ విహారాలపై దాడులు చేశాడని 'దివ్యావదాన' వంటి గ్రంథాలు పేర్కొంటాయి. పురావస్తు పరిశోధనల్లో ఆయన కాలంలో కొన్ని బౌద్ధ నిర్మాణాలు కొనసాగినట్లు సూచనలు ఉన్నాయి. పుష్యమిత్రుని పాత్రపై స్పష్టమైన ఏకాభిప్రాయం లేదు.

స్థూపాలకు దుష్ట పేర్లు పెట్టడం, కొన్ని ప్రాంతాలలో స్థూపాలు కాలక్రమేణా స్థానిక పౌరాణిక కథలతో ముడిపడ్డాయి. దీనిని ఉద్దేశపూర్వక దూషణగా నిరూపించడానికి సమగ్ర ఆధారాలు అవసరం. చరిత్రలో మార్పులు సహజం. మత మార్పుల్లో స్థానిక సంస్కృతి ప్రభావం ఉంటుంది.

బ్రాహ్మణ సంప్రదాయం, విమర్శనాత్మక అవగాహన, బ్రాహ్మణ సంప్రదాయం వేదాధారిత ఆచార వ్యవస్థ. అది తత్వశాస్త్రంలో ఉపనిషత్తుల ద్వారా ఉన్నత స్థాయికి చేరింది. అయితే కుల వ్యవస్థ కఠినత, సామాజిక అసమానతలు విమర్శలకు దారితీశాయి. ఇది బౌద్ధం, జైనం వంటి ఉద్యమాలకు పునాది అయ్యింది. బౌద్ధ క్షీణతకు

రాజకీయ మార్పులు, ఆర్థిక మార్పులు, అంతర్గత విభజనలు, సంస్కృతిక సమ్మేళనం, విదేశీ దాడులు ఇవన్నీ కలిసి కారణమయ్యాయి.

ఒకే మతం మరొక మతాన్ని పూర్తిగా నాశనం చేసిందని చెప్పడం చరిత్రను సరళీకరించడం అవుతుంది. బౌద్ధం భారతదేశంలో క్షీణించినా, దాని ఆలోచన ప్రపంచవ్యాప్తంగా వికసించింది. కరుణ, సమత్వం, ధ్యానం ఇవి నేటి ప్రపంచంలో మరింత అవసరం. చరిత్రను అధ్యయనం చేస్తూ మనం ద్వేషం కాదు, అవగాహన నేర్చుకోవాలి.

4. ఆధునిక ప్రపంచంలో మత పాత్ర

మతాల చరిత్రను కొందరు యుద్ధాల చరిత్రగా చూస్తారు. మరింత లోతుగా పరిశీలిస్తే అది ఆలోచనల పరస్పర ప్రభావాల చరిత్ర. హిందూ బౌద్ధ పరస్పర ప్రభావం, యూద, క్రైస్తవ, ఇస్లాం అబ్రహామిక్ సంబంధం. సూఫీ భక్తి ఉద్యమాల అనుసంధానం, సిక్కిజం హిందూ మరియు ఇస్లాం తాత్విక సమన్వయం ఇవి మతాల మధ్య సంఘర్షణ కంటే సంభాషణ ఎక్కువగా జరిగినదని చూపిస్తాయి.

చరిత్రలో ఒక ముఖ్యమైన మలుపు మతం రాజకీయ అధికారంతో కలిసిన దశ. రాజులు మతాన్ని ప్రోత్సహించినప్పుడు ఆలయాలు, మఠాలు, విద్యా కేంద్రాలు అభివృద్ధి చెందాయి. మతం సామాజిక క్రమానికి ఆధారమైంది. అదే సమయంలో విభిన్న మతాలపై అనుమానం, అధికార పోరాటాలు, మతపరమైన గుర్తింపు రాజకీయ ఆయుధంగా మారింది. మతం స్వతంత్ర ఆధ్యాత్మిక శక్తిగా ఉన్నప్పుడు అది మానవత్వాన్ని పెంచింది. అధికార సాధనంగా మారినప్పుడు విభజనకు దారితీసింది.

ప్రపంచంలోని అన్ని ప్రధాన మతాలను పరిశీలిస్తే కొన్ని సాధారణ విలువలు కనిపిస్తాయి అహింస లేదా దయ, సత్యం, దానం, నియమబద్ధ జీవనం, అంతర శాంతి. పేర్లు వేరు కాని మూల విలువలు చాలా దగ్గరగా ఉంటాయి.

సాంకేతిక విప్లవం, ప్రపంచీకరణ, మిశ్రమ సంస్కృతులు, ఇలాంటి సమయంలో మతం యొక్క పాత్ర ఏమిటి? నైతిక దిక్సూచి, శాస్త్రం సాంకేతిక పరిజ్ఞానం ఇస్తుంది. కాని దాని వినియోగానికి నైతికత అవసరం. మానసిక స్థిరత్వం, ఆందోళన, ఒత్తిడి, ఒంటరితనం, ధ్యానం, ప్రార్థన వంటి ఆచారాలు మనసుకు ఆధారం. సామాజిక సేవ ఆసుపత్రులు, పాఠశాలలు, సేవా సంస్థలు అనేక మత సంస్థలు సమాజ సేవలో ముందున్నాయి.

మతం విశ్వాసం కంటే అంధ విశ్వాసం ప్రమాదకరం. ప్రశ్నించకుండా నమ్మడం ఇతరులను తక్కువగా చూడడం హింసను సమర్థించడం ఇవి మతం అసలు లక్ష్యాన్ని వక్రీకరిస్తాయి.

భవిష్యత్తులో మతాల మధ్య సంభాషణ అవసరం పరస్పర గౌరవం అవసరం, చారిత్రక సంఘటనలను శాస్త్రీయంగా పరిశీలించడం అవసరం. ఒక మతం పై విమర్శ ఉంటే భావోద్వేగంతో కాకుండా ఆధారాలతో సమగ్ర పరిశీలనతో చూడాలి.

ప్రపంచం వేగంగా మారుతోంది. కొత్త తరాలు మతాన్ని కఠిన ఆచారంగా కాకుండా వ్యక్తిగత ఆధ్యాత్మిక అనుభవంగా చూస్తున్నాయి. ధ్యానం, యోగా, మౌన సాధన శిబిరాలు ఇవి మతాల సరిహద్దులను దాటి ప్రయాణిస్తున్నాయి. ఇది 'మానవతా ధర్మం' వైపు సూచన కావచ్చు. భారతదేశం మరియు ప్రపంచ చరిత్రలో మత సంస్కరణ ఉద్యమాలు సమాజ పునరుద్ధరణలో కీలక పాత్ర పోషించాయి. కాలక్రమేణా మతాచారాల్లో ఏర్పడిన మూఢనమ్మకాలు, సామాజిక అసమానతలు, కట్టుబాట్ల వల్ల మానవ విలువలు దెబ్బతిన్నప్పుడు, కొందరు మహనీయులు సంస్కరణ ధ్వజం ఎత్తి సమాజానికి కొత్త దిశను చూపారు. అటువంటి ప్రధాన సంస్కరణ ఉద్యమాలలో బ్రహ్మ సమాజం, ఆర్య సమాజం మరియు యూరోప్ లో జరిగిన సంస్కరణ ఉద్యమం ముఖ్యమైనవి.

బ్రహ్మ సమాజం 19 వ శతాబ్దంలో రాజా రామమోహన్ రాయ్ ప్రారంభించిన ఒక గొప్ప మత సామాజిక సంస్కరణ ఉద్యమం. ఇది ఏకేశ్వరవాదాన్ని ప్రోత్సహించింది. విగ్రహారాధన, సతి ప్రథా, బాల్యవివాహం వంటి అన్యాయ ఆచారాలకు వ్యతిరేకంగా పోరాడింది. స్త్రీ విద్య, విధవరుల పునర్వివాహం వంటి అంశాలను సమర్థించింది. బ్రహ్మ సమాజం తాత్విక దృక్పథంతో వేదాంతాన్ని పునర్వ్యాఖ్యానించి, మతాన్ని ఆచారాల కంటే నీతి, న్యాయం, మానవతకు దగ్గర చేసింది.

ఆర్య సమాజం స్వామి దయానంద సరస్వతి స్థాపించిన మరో ప్రధాన సంస్కరణ ఉద్యమం. 'వేదాలే సత్యం' అనే నినాదంతో ఇది ప్రారంభమైంది. వేదాలను

మూలాధారంగా తీసుకుని సమాజంలోని మూఢాచారాలను ఖండించింది. శుద్ధి ఉద్యమం ద్వారా హిందూ సమాజంలో ఏకత్వాన్ని బలోపేతం చేయాలని ప్రయత్నించింది. విద్య, స్వదేశీ భావన, సామాజిక సమానత్వం వంటి అంశాలను ప్రోత్సహించింది. వర్ణవ్యవస్థను జన్మ ఆధారంగా కాకుండా గుణ, కర్మ ఆధారంగా చూడాలని ప్రతిపాదించింది.

యూరోప్ లో 16 వ శతాబ్దంలో ప్రారంభమైన మత సంస్కరణ ఉద్యమం కూడా ప్రపంచ చరిత్రలో గొప్ప మలుపు. మార్టిన్ లూథర్ వంటి సంస్కర్తలు చర్చ్‌లోని అవినీతి, దుర్వినియోగాలను ప్రశ్నించారు. బైబిల్‌ను ప్రజల భాషలో అందుబాటులోకి తీసుకువచ్చి, ప్రతి వ్యక్తి దేవునితో ప్రత్యక్ష సంబంధం కలిగి ఉండగలడని బోధించారు. ఈ ఉద్యమం వల్ల ప్రొటెస్టెంట్ మతశాఖలు ఏర్పడ్డాయి. ఇది కేవలం మతపరమైన మార్పు కాకుండా, విద్య, ఆలోచనా స్వేచ్ఛ, వ్యక్తిగత బాధ్యత వంటి విలువలకు పునాది వేసింది.

ఈ మూడు ఉద్యమాలలో ఒక సాధారణ లక్షణం స్పష్టంగా కనిపిస్తుంది, మతాన్ని మూఢాచారాల బంధనాల నుంచి విముక్తి చేయడం, సమాజాన్ని న్యాయం మరియు సమానత్వ దిశగా నడిపించడం. అవి మతాన్ని నాశనం చేయలేదు, దానిని శుద్ధి చేసి సమాజానికి ఉపయోగకరంగా మార్చాయి. మతం జీవించాలంటే అది కాలానుగుణంగా పునర్వ్యాఖ్యానం కావాలని, మానవ విలువలతో కలిసిపోవాలని ఈ ఉద్యమాలు సూచించాయి.

అంతిమంగా, బ్రహ్మ సమాజం, ఆర్య సమాజం, మత సంస్కరణల ఉద్యమం అన్నీ ఒకే సందేశాన్ని ఇస్తాయి. సత్యాన్వేషణ, సమానత్వం, ఆలోచనా స్వేచ్ఛ మరియు మానవత. మతం మనిషిని బంధించడానికి కాదు, అతనిని ఉత్తమునిగా తీర్చిదిద్దడానికి ఉండాలి. ఇదే ఈ సంస్కరణ ఉద్యమాల శాశ్వత వారసత్వం.

5.మతం – మనిషి అంతరయాత్ర

ప్రకృతి భయాల ముందు వణికిన ఆదిమనిషి నుండి ఆత్మజ్ఞానం కోసం తపించిన ఋషుల వరకు, ప్రవక్తల నుండి సంస్కర్తల వరకు, విభజనల నుండి సమన్వయాల వరకు ఈ యాత్ర కేవలం మతాల చరిత్ర కాదు, ఇది మానవ చైతన్య పరిణామ చరిత్ర.

భయం భక్తి బోధి, భయం మతానికి ఆది. భక్తి మతానికి హృదయం. బోధి, జ్ఞానం మతానికి పరమావధి. ఆదిమనిషి మెరుపును చూసి భయపడ్డాడు. ఆ తరువాత దానిని దేవతగా భావించాడు. తరువాత ఆ దేవతను తనలోనే వెతికాడు. ఈ మార్పు బయటి దేవత నుండి లోపలి చైతన్యానికి జరిగిన ప్రయాణం. మత పరిణామం యొక్క అసలు సారాంశం.

ప్రపంచంలోని ప్రధాన మతాలను పరిశీలిస్తే, వాటి భాష వేరు, ఆచారాలు వేరు, పద్ధతులు వేరు. కాని వాటి హృదయాల్లో ఒకే ప్రశ్న ఉంది 'మనిషి ఎవరు, జీవితం యొక్క అర్థం ఏమిటి, ధర్మం అంటే ఏమిటి?' హిందూ తత్వం బ్రహ్మాన్ని అన్వేషించింది. బౌద్ధం దుఃఖ నివారణ మార్గాన్ని చూపింది. జైనం అహింసను పరమ ధర్మంగా నిలిపింది. యూద, క్రైస్తవ, ఇస్లాం మతాలు ఏకదేవతా భావనను ప్రతిపాదించాయి. సిక్కిజం సమన్వయాన్ని ప్రోత్సహించింది. తావో, కన్ఫ్యూషియస్ ప్రకృతి సామాజిక సమతుల్యతను బోధించారు. వాటన్నింటి గుండెచప్పుడు నైతిక జీవనం, దయ, సత్యం, క్రమశిక్షణ.

భారతదేశంలో పుట్టిన బౌద్ధం ప్రపంచాన్ని ప్రభావితం చేసింది. అది విభజనల ద్వారా విస్తరించింది. రాజకీయ మార్పులతో క్షీణించింది. కాని బౌద్ధ తత్వం మరణించలేదు, ఆసియాలో వికసించింది. ఇప్పుడు పాశ్చాత్య ప్రపంచంలో ధ్యాన రూపంలో తిరిగి ప్రతిధ్వనిస్తోంది. చరిత్రలో జరిగిన సంఘటనలను అవగాహనతో,

ఆధారాలతో, విమర్శనాత్మక దృష్టితో పరిశీలించాలి. ఒకే కారణాన్ని చూపి మరొక మతాన్ని నిందించడం చరిత్రను సరళీకరించడం మాత్రమే అవుతుంది.

మతం ఆధ్యాత్మిక శక్తి. కాని అది అధికారంతో కలిసినప్పుడు అది సామాజిక నియంత్రణ సాధనంగా మారింది. ఇది మతాల చరిత్రలో కనిపించిన ఒక పెద్ద పాఠం. అధికారానికి సేవ చేసే మతం మనిషిని విభజిస్తుంది. మనిషి అంతరచైతన్యాన్ని మేల్కొలిపే మతం మనిషిని కలుపుతుంది.

ఏ మతమూ ఒంటరిగా నిలబడలేదు. ప్రతి మతం తన కాలం, తన సమాజం, తన సవాళ్లకు ప్రతిస్పందనగా పుట్టింది. మరొక మతంతో సంభాషణ ద్వారా మార్పు చెందింది. బుద్ధుని బోధనలు వేదాంతాన్ని ప్రశ్నించాయి. భక్తి ఉద్యమాలు సూఫీ ప్రభావంతో వికసించాయి. క్రైస్తవ మతం యూద సంప్రదాయాన్ని కొనసాగించింది. ఇస్లాం అదే అబ్రహామిక్ మూలాలను పంచుకుంది. ఇది యుద్ధాల చరిత్ర మాత్రమే కాదు, ఇది ఆలోచనల సంభాషణ చరిత్ర.

మనం సాంకేతిక శక్తితో ముందుకు వెళ్తున్నాం. కృత్రిమ మేధస్సు, అంతరిక్ష యాత్ర, వంశపారంపర్య జనుక సంపూర్ణ సమాహారం పరిశోధనలతో మనిషి జ్ఞాన శిఖరాలను అధిరోహిస్తున్నాడు. కాని ఒక ప్రశ్న ఇంకా నిలిచే ఉంది, మనిషి అంతర శాంతి ఎక్కడ? ఇక్కడే మతం లేదా ఆధ్యాత్మికత అవసరం. అది కఠిన ఆచారంగా కాదు నైతిక దిక్సూచిగా, అంతర స్థిరత్వంగా. ఆచారం కంటే ఆత్మజ్ఞానం ముఖ్యం, విభజన కంటే సంభాషణ ముఖ్యం, అధికారం కంటే సేవ ముఖ్యం, ద్వేషం కంటే దయ ముఖ్యం 'మతం మనిషికోసం, మనిషి మతం కోసం కాదు' అనే భావన బలపడాలి.

భయం మనిషిని మతం వైపు నడిపించింది. భక్తి అతనిని సమర్పణ వైపు తీసుకెళ్లింది. జ్ఞానం అతనిని విముక్తి వైపు నడిపించింది. మతాల పరిణామం చివరికి ఒకే చోట కలుస్తుంది మానవత్వం. మతం పేరు ఏదైనా కావచ్చు, విగ్రహం రూపం ఏదైనా కావచ్చు, గ్రంథం భాష ఏదైనా కావచ్చు కాని దయ, సత్యం, న్యాయం, ప్రేమ ఇవి ఉన్నచోటే నిజమైన ధర్మం ఉంటుంది.

మత చరిత్రను చదవడం అంటే కేవలం గతాన్ని తవ్వడం కాదు మనిషి అంతరాన్ని తెలుసుకోవడం. ఈ యాత్ర కొనసాగాలి, ప్రశ్నించాలి, ఆలోచించాలి, అర్థం చేసుకోవాలి. అప్పుడు మాత్రమే మతం మనిషిని విభజించదు అతనిని విశాలత వైపు నడిపిస్తుంది.

మతం ఒక నిరంతర ప్రవాహం, మతం ఒక స్థిర నిర్మాణం కాదు. అది ఒక జీవ ప్రస్థానం. కాలం మారితే రూపం మారుతుంది. మానవుడి అంతర అన్వేషణ ఆగదు. భయం నుండి భక్తి వరకు, భక్తి నుండి జ్ఞానం వరకు, జ్ఞానం నుండి మానవతా ధర్మం వరకు ఈ యాత్ర కొనసాగుతుంది.

6.మతాల అంతరార్థం – భవిష్యత్తు ధర్మ దిశ

మతం, మానవత్వం, అంతర్గత సంబంధం. మతం అనేది మనిషి సృష్టించిన వ్యవస్థ. కాని మానవత్వం అనేది ప్రకృతి ప్రసాదించిన గుణం. మతం లేకపోయినా మానవత్వం ఉంటుంది. కాని మానవత్వం లేకపోతే మతం అర్ధరహితం అవుతుంది.

భగవద్గీతలో 'సర్వభూతహితే రతాః' సమస్త జీవుల మేలుకోసం జీవించేవారే నిజమైన యోగులు. బుద్ధుడు 'అహింసా పరమో ధర్మః' అనే సూత్రాన్ని జీవించాడు. ఖురాన్ 'ఇన్సానియత్' అనే భావనను ముందుకు తెచ్చింది. బైబిల్ 'నీ పొరుగువానిని నీ తన్నుతానే ప్రేమించినట్లే ప్రేమించుము' అంటే మతాల గర్భంలో ఉన్న అసలు సారం మానవత్వం. చరిత్రలో ఎన్నో సందర్భాలలో మతం మానవత్వాన్ని మరచి, స్వార్థాన్ని ప్రోత్సహించింది. అది మతం తప్పు కాదు, అది మతాన్ని ఉపయోగించిన మనిషి తప్పు.

మన సమాజంలో మతం అంటే చాలామందికి పూజలు, వ్రతాలు, ఉపవాసాలు, యాత్రలు. ఇవి మంచివే కాని ఇవి అంతిమ గమ్యం కాదు. ఆచారం అనేది బాహ్య రూపం. ఆత్మసాక్షాత్కారం అనేది అంతర్గత జాగృతి. దీపం వెలిగించడం ఒక ఆచారం. ఆ వెలుగు మనలోని అజ్ఞానాన్ని తొలగించాలి. లేదంటే అది కేవలం ఒక కర్మ మాత్రమే. బుద్ధుడు విగ్రహారాధనను కాదు, ధ్యానాన్ని ప్రాముఖ్యం ఇచ్చాడు. యేసు దేవాలయ కట్టడాలను కాదు, హృదయ శుద్ధిని ప్రాముఖ్యం ఇచ్చాడు. మహమ్మద్ ప్రవక్త సమాజ న్యాయాన్ని ముందుకు తెచ్చాడు. అంటే మతం మనల్ని లోపల మార్చాలి. బయట ప్రదర్శన మాత్రమే అయితే అది శూన్యం.

మతాల మధ్య సామరస్యం, ఒక సమాజ అవసరం. భారతదేశం మత వైవిధ్యానికి నిలయం. హిందూ, ముస్లిం, క్రైస్తవ, సిక్కు, జైన, బౌద్ధ ఎన్నో మతాలు కలిసి జీవిస్తున్నాయి. ఇది ఒక శక్తి. కాని కొన్ని రాజకీయ ప్రయోజనాల కోసం ఈ వైవిధ్యాన్ని విభేదంగా మార్చినప్పుడు సమస్యలు వస్తాయి. మత సామరస్యం అంటే ఒక మతాన్ని

వదిలి ఇంకొక మతాన్ని అనుసరించడం కాదు. ఒక మతాన్ని గౌరవిస్తూ, ఇతర మతాల విలువలను అర్థం చేసుకోవడం. అఖండ భారత సాంస్కృతిక సంపదలో 'వసుధైవ కుటుంబం' అనే భావన ఉంది. ప్రపంచం ఒక కుటుంబం. ఈ భావన భవిష్యత్తు ప్రపంచానికి అత్యవసరం.

యువత, ధర్మం, భవిష్యత్తు, ఇప్పటి యువత మతాన్ని ప్రశ్నిస్తోంది. ఇది మంచి లక్షణం. ఎందుకంటే ప్రశ్నించడం ద్వారా నిజం వెలుగులోకి వస్తుంది. ప్రశ్నించడం అనేది ద్వేషంతో కాకుండా, విజ్ఞానంతో ఉండాలి. యువతకు అవసరం మూఢనమ్మకాలను తిరస్కరించే ధైర్యం, శాస్త్రీయ దృక్పథం, మానవత్వాన్ని కేంద్రంగా పెట్టుకున్న ధర్మ దృక్పథం, మతం ఒక మార్గదర్శి. మార్గం నడవాల్సింది మనమే.

చరిత్రలో చాలా మత వ్యవస్థలు మహిళలను రెండవ స్థానంలో ఉంచాయి. ప్రతి మత మూల గ్రంథాల్లో మహిళకు గౌరవం ఇచ్చే సందేశాలున్నాయి. సమస్య గ్రంథాల్లో కాదు వ్యాఖ్యానాల్లో ఉంది. భవిష్యత్తు ధర్మ వ్యవస్థలో మహిళ సమాన హక్కులు, సమాన గౌరవం పొందాలి. ఆధ్యాత్మికతకు లింగభేదం ఉండకూడదు.

భవిష్యత్తులో పూజారి అంటే కేవలం ఆచారాధికారి కాదు. నైతిక మార్గదర్శి కావాలి. పూజారి సమాజ సమస్యలను అర్థం చేసుకోవాలి, యువతకు స్ఫూర్తి ఇవ్వాలి, మతాన్ని విభేద సాధనంగా కాకుండా, ఐక్యత సాధనంగా మార్చాలి, అప్పుడే మతం జీవిస్తుంది.

ఒకప్పుడు మతం మరియు విజ్ఞానం పరస్పర విరోధులుగా కనిపించాయి. కాని నిజానికి అవి రెండూ సత్యాన్వేషణే. విజ్ఞానం ప్రకృతి రహస్యాలను వెతుకుతుంది. మతం జీవన రహస్యాలను వెతుకుతుంది. ఇవి కలిస్తే సమగ్ర అభివృద్ధి సాధ్యం. ప్రతి మనిషి జీవితం ఒక యాత్ర. ఈ యాత్రలో ధర్మం ఒక దిశాసూచి. ఆ దిశను మనం స్వయంగా తెలుసుకోవాలి. ఇతరులు చూపిన మార్గం ఒక సూచన మాత్రమే. నిజమైన అనుభవం మనలో పుడుతుంది.

భవిష్యత్తులో మతం ఇలా మారాలి మూఢనమ్మకాల నుండి విముక్తి, మానవ హక్కుల గౌరవం, స్త్రీ పురుష సమానత్వం, శాస్త్రీయ దృక్పథం, సామాజిక న్యాయం ఇవి లేకపోతే మతం నిలవదు. మతం యొక్క భవిష్యత్తు మానవత్వంలో ఉంది. ధర్మం యొక్క శక్తి న్యాయంలో ఉంది. ఆధ్యాత్మికత యొక్క అందం ప్రేమలో ఉంది. మనలో మార్పు వచ్చినప్పుడు సమాజంలో మార్పు వస్తుంది. మన హృదయం పవిత్రమైతే ప్రపంచం పవిత్రమవుతుంది. ఇది ఒక ఆలోచన ప్రారంభం.

7. సమగ్ర మానవ ధర్మం

మతం విభజన నుండి ఐక్యతకు, చరిత్రలో మతం ఒకవైపు ప్రేమను పంచింది. మరోవైపు యుద్ధాలకు కారణమైంది. ఇది మతం యొక్క విరుద్ధ స్వభావం కాదు మనిషి స్వార్థం, మతాన్ని ఎలా ఉపయోగించాడో దాని ప్రతిబింబం. భవిష్యత్తులో మతం ఇలా మారాలి భయాన్ని ఆధారంగా చేసుకుని కాకుండా, ప్రేమను ఆధారంగా చేసుకుని దేవుడిని శిక్షకుడిగా కాకుండా మార్గదర్శిగా చూడాలి. 'వసుధైవ కుటుంబం' అనే భావన ప్రపంచ రాజకీయాల్లోకి రావాలి. మత నాయకులు ఐక్యతకు ప్రతీకలు కావాలి.

సమగ్ర మానవ ధర్మం అంటే కొత్త మతం కాదు. ఇది అన్ని మతాల సారాన్ని గ్రహించే దృక్పథం. దాని ప్రధాన సూత్రాలు ప్రాణి హింసకు వ్యతిరేకత, సమానత్వం, సత్యనిష్ఠ, సామాజిక బాధ్యత, శాస్త్రీయ దృక్పథం. ఈ సూత్రాలు హిందూ ధర్మంలో, బౌద్ధంలో, జైనంలో, క్రైస్తవంలో మరియు ఇస్లాంలో ఉన్నాయి. పరమార్ధం, సారం ఒకటే మార్గాలు భిన్నం.

ప్రతి విప్లవం వ్యక్తిలోనే మొదలవుతుంది. బుద్ధుడు ఒక వ్యక్తి, యేసు ఒక వ్యక్తి, మహమ్మద్ ప్రవక్త ఒక వ్యక్తి. వారి ఆత్మజ్యోతి సమాజాన్ని మార్చింది. మనలో మార్పు అంటే కోపాన్ని తగ్గించడం, అసూయను జయించడం, స్వార్థాన్ని నియంత్రించడం, కరుణను పెంపొందించడం, ఇవి చిన్న మార్పుల్లా కనిపించినా, సమాజంలో పెద్ద ప్రభావం చూపిస్తాయి.

భవిష్యత్తు విద్యలో అన్ని మతాల విలువలను బోధించాలి. పిల్లలకు నేర్పాల్సింది సత్యం, సహనం, వైవిధ్య గౌరవం, విమర్శనాత్మక ఆలోచన. అప్పుడు భవిష్యత్తు తరాలు మతాన్ని విలువల మూలంగా చూస్తాయి. ఇప్పుడు కృత్రిమ మేధస్సు, డిజిటల్ ప్రపంచంలో జీవిస్తున్నాం. సాంకేతికత వేగంగా అభివృద్ధి చెందుతోంది. మన నైతికత అదే వేగంతో పెరుగుతోందా? సాంకేతికత కు దిశ చూపేది ఆధ్యాత్మిక విలువలు కావాలి. లేకపోతే అభివృద్ధి వినాశనంగా మారుతుంది. భవిష్యత్తు మత నాయకుడు

రాజకీయ సాధనంగా కాకుండా నైతిక దీపస్తంభంగా ఉండాలి. అతను శాంతి బోధించాలి, సమానత్వం ప్రోత్సహించాలి, మహిళలకు గౌరవం ఇవ్వాలి, పేదల పక్షాన నిలవాలి. అప్పుడు ప్రజలు అతనిని గౌరవిస్తారు.

భవిష్యత్తు ధర్మ నిర్మాణంలో మహిళలకు నాయకత్వం, ఆధ్యాత్మిక బోధనలో భాగస్వామ్యం, సమాన హక్కులు. ఇవి తప్పనిసరి. మాతృత్వం ఆధ్యాత్మికతకు ప్రతీక.

ప్రకృతి రక్షణ ఇప్పుడు ఒక మత కర్తవ్యంగా మారాలి. వృక్షాలు నాటడం, నీటిని సంరక్షించడం, జీవ వైవిధ్యాన్ని కాపాడడం, ఇవి పూజల కంటే గొప్ప ధర్మాలు. ప్రకృతి లేకపోతే మనిషి లేదు. మనిషి లేకపోతే మతం లేదు.

మనకు మనమే ప్రశ్నించుకోవాలి నేను మతాన్ని ఎందుకు అనుసరిస్తున్నాను, అది నాలో మానవత్వాన్ని పెంచుతోందా లేక అహంకారాన్ని పెంచుతోందా? ఈ ప్రశ్నల జవాబులోనే భవిష్యత్తు ఉంది.

ప్రేమతో నిండిన హృదయం నిజమైన ఆలయం. సత్యంతో నిండిన జీవితం నిజమైన పూజ. మానవత్వంతో నిండిన సమాజం నిజమైన స్వర్గం. ఇది ఒక మానవ యుగానికి ఆహ్వానం. మతం మనిషి కోసం ఉండాలి మనిషి మతం కోసం కాదు.

8. బహాయీ మతం

19 వ శతాబ్దపు పర్షియా ఒక ఆధ్యాత్మిక కల్లోలం. బహాయీ మతం ఆవిర్భవించిన స్థలం పర్షియా, ప్రస్తుత ఇరాన్. ఆ శతాబ్దంలో దేశం రాజకీయంగా అస్తవ్యస్తంగా, ఆర్థికంగా బలహీనంగా, ఆధ్యాత్మికంగా సంక్షోభంలో ఉంది. ఇస్లాం షియా సంప్రదాయంలో ఒక విశ్వాసం ఉంది. మహ్దీ గోప్యమైన ఇమామ్ ఒకరోజు ప్రత్యక్షమై ప్రపంచాన్ని న్యాయ పరచుతాడని. ఈ ఆశతో ప్రజలు ఎదురు చూస్తున్నారు. సమాజంలో అవినీతి, మత కట్టుబాట్లు, మహిళలపై నిర్బంధం, అజ్ఞానం ఇవన్నీ విస్తరించాయి. ఇలాంటి పరిస్థితుల్లో యువకుడైన సయ్యిద్ అలీ మహ్మద్ ప్రకటించాడు 'నేనే ఆ వాగ్దానం చేసిన దివ్య ప్రవక్తకు ద్వారం' ఆయనను ప్రపంచం బాబ్ అని పిలుస్తుంది. అతడి జననం అక్టోబర్ 20, 1819 స్థలం షిరాజ్, పర్షియా. 1844 మే 23 న, బాబ్ తన దివ్య సందేశాన్ని ప్రకటించారు. తాను 'ద్వారం' మాత్రమే, త్వరలో ఒక గొప్ప దివ్య అవతారం ప్రత్యక్షమవుతాడు. ఆధ్యాత్మిక పునరుజ్జీవనం, నైతిక సంస్కరణ, మహిళల సమానత్వం, శాస్త్రీయ ఆలోచన, సామాజిక న్యాయం, ఆయన రచించిన గ్రంథం 'బయాన్'. దీనిలో బాబ్ మానవ సమాజాన్ని ఒక కొత్త యుగానికి సిద్ధం చేస్తానని పేర్కొన్నారు.

బాబ్ సందేశం వేగంగా వ్యాపించింది. ఆయన అనుచరులను బాబీలు అని పిలిచారు. కాని పర్షియా మతపెద్దలు, ప్రభుత్వం దీనిని ప్రమాదంగా భావించారు. బాబ్ అరెస్టు, నిర్బంధం, అనుచరులపై హింస 1850 జూలై 9 న బాబ్‌ను తబ్రిజ్ నగరంలో బహిరంగంగా కాల్చి చంపారు. అతని మరణం ఒక ముగింపు కాదు అది ఒక ఆధ్యాత్మిక అగ్ని.

బాబ్ చెప్పిన 'వాగ్దానం చేసిన వ్యక్తి' మిర్జా హుసేన్ అలీ నూరీ ప్రపంచానికి ఆయన బహౌల్లా గా ప్రసిద్ధి. పర్షియా బహౌల్లా ఒక ధనిక కుటుంబంలో జన్మించారు.

కాని ఆయన సంపదను వదిలి బాబ్ ఉద్యమంలో చేరారు. 1852 లో ఆయనను అరెస్టు చేసి, టెహ్రాన్‌లోని సియాహ్ చాల్ అనే జైలులో నిర్బంధించారు. అక్కడే ఆయనకు ఒక ఆధ్యాత్మిక దర్శనం కలిగింది.

బహౌల్లాను పర్షియా నుండి వెలివేశారు. ఆయన జీవితంలో ముఖ్యమైన నిర్బంధ ప్రాంతాలు బాగ్దాద్, కాన్స్టాంటినోపుల్, అడ్రియానోపుల్, అక్కా ప్రస్తుత ఇజ్రాయెల్, ఈ నిర్బంధ జీవితం 40 సంవత్సరాలు కొనసాగింది. కాని ప్రతి నిర్బంధం ఆయన సందేశాన్ని మరింత వ్యాప్తి చేసింది.

బహౌల్లా ప్రకటించిన ఒక గొప్ప సిద్ధాంతం 'దేవుడు ఒకడే, మతాలు అన్నీ ఒకే మూలం నుండి వచ్చాయి. ప్రవక్తలు వరుసగా వచ్చిన దివ్య గురువులు' ఈ సిద్ధాంతాన్ని **'దైవసత్యం ఒకేసారి కాకుండా, కాలానుగుణంగా, మానవ అవగాహన స్థాయికి అనుసరించి క్రమంగా ప్రత్యక్షమవడం'** అనే భావమే క్రమానుగత దైవ ప్రకటన. దీని ప్రకారం కృష్ణుడు, బుద్ధుడు, మహావీరుడు, యేసు, మహ్మద్ ప్రవక్త, బాబ్, బహౌల్లా, ఇవన్నీ ఒకే దివ్య మూలం నుండి వచ్చినవారు. ఇది మత ఐక్యతకు ఒక విప్లవాత్మక ఆలోచన.

బహాయీ మతానికి విస్తృత సాహిత్యం ఉంది. ముఖ్య గ్రంథాలు కితాబ్-ఇ-అక్దాస్, బహాయీ ధర్మ శాసనం, కితాబ్-ఇ-ఇక్వాన్, మతాల ఐక్యతపై వివరణ హిడెన్ వర్డ్స్, నైతిక సూక్తులు, టాబ్లెట్స్ ఆఫ్ బహౌల్లా.

బహాయీ మతం యొక్క మూల సూత్రాలు, దేవుడు ఒకడే, మానవజాతి ఒకే కుటుంబం, మతాల ఐక్యత, మహిళ పురుష సమానత్వం, శాస్త్రం మతం సమన్వయం, విశ్వ శాంతి, విద్య అందరికీ. బహాయీ మతం కేవలం ఆధ్యాత్మిక సిద్ధాంతం కాదు, ఇది ఒక సామాజిక ఉద్యమం. ఇది జాతి వివక్షకు వ్యతిరేకం లింగ వివక్షకు వ్యతిరేకం, మత విద్వేషానికి వ్యతిరేకం.

బహాయీ మతం ఒక చిన్న ఉద్యమంగా ప్రారంభమైంది. కాని అది ప్రపంచ వ్యాప్తంగా విస్తరించింది. బాబ్ ఒక ద్వారం తెరిచాడు. బహౌల్లా ఒక దారి చూపించాడు.

బహాయీ మతం ఒక సమగ్ర తాత్విక దృక్పథం, బహాయీ మతం యొక్క గొప్పతనం దాని సరళతలో ఉంది. అది కఠినమైన సిద్ధాంతాల కంటే సమగ్ర మానవతను ప్రాముఖ్యత ఇస్తుంది. దేవుని స్వరూపం, బహాయీ విశ్వాసం ప్రకారం దేవుడు ఒకడే, ఆయన అనంతుడు మనిషి బుద్ధి పూర్తిగా ఆయనను గ్రహించలేదు, అందువల్ల దేవుడు ప్రవక్తల ద్వారా తన సందేశాన్ని అందిస్తాడు. ఇది 'క్రమానుగత దైవ ప్రకటన' సిద్ధాంతం యొక్క మూలం.

మానవజాతి ఐక్యత, బహాయీ మతంలో అత్యంత ప్రాముఖ్యమైన సిద్ధాంతం 'భూమి ఒకే దేశం, మానవులు దాని పౌరులు' జాతి, వర్ణం, మతం, దేశం అనే విభజనలు తాత్కాలికం మాత్రమే. మానవత్వమే శాశ్వతం. మతాల ఐక్యత, బహావుల్లా ప్రకారం మతాలు పరస్పర విరుద్ధం కావు, అవి ఒకే దివ్య ప్రణాళికలో భాగాలు, కాలం, స్థలం, సంస్కృతి మారినప్పుడు సందేశ రూపం మారుతుంది.

బహాయీ పరిపాలనా వ్యవస్థ పూజారులు లేని మతం, బహాయీ మతం ప్రత్యేకత ఏమిటంటే దీనిలో పూజారి వ్యవస్థ లేదు. ఎవరూ మతాధికారి కాదు. ఎవరూ మధ్యవర్తి కాదు. దేవుడు మనిషి మధ్య సంబంధం ప్రత్యక్షం.

స్థానిక ఆధ్యాత్మిక సభలు, ప్రతి నగరంలో తొమ్మిది మంది సభ్యులతో ఒక ఆధ్యాత్మిక సభ ఏర్పడుతుంది. ఇది ప్రజల ద్వారా ఎన్నిక చేయబడుతుంది. వీరి బాధ్యతలు సమాజ కార్యకలాపాల నిర్వహణ, విద్యా కార్యక్రమాలు, సేవా కార్యక్రమాలు.

జాతీయ ఆధ్యాత్మిక సభలు, ప్రతి దేశంలో ఒక జాతీయ సభ ఉంటుంది. ఇది కూడా ఎన్నికల ద్వారా ఏర్పడుతుంది. 'సార్వత్రిక న్యాయసభ' ప్రపంచ స్థాయిలో బహాయీ మతానికి కేంద్ర సంస్థ హైఫా, ఇజ్రాయెల్. ఇది ప్రపంచ బహాయీలకు మార్గదర్శకత్వం అందిస్తుంది.

బహాయీ మతం 20 వ శతాబ్దంలో విస్తరణ, బహావుల్లా మరణం 1892 తరువాత ఆయన కుమారుడు అబ్దుల్-బహా నాయకత్వం వహించారు. అబ్దుల్-బహా

పాత్ర పాశ్చాత్య దేశాలకు సందేశం వ్యాప్తి, యూరప్, అమెరికాలో ప్రసంగాలు, మతాల ఐక్యతపై ఉపన్యాసాలు.

1921 లో షోగీ ఎఫెంది నాయకత్వం చేపట్టారు. ఆయన పరిపాలనా వ్యవస్థను బలపరిచారు, ప్రపంచ వ్యాప్తి ప్రణాళికలు రూపొందించారు, బహాయీ గ్రంథాలను అనువదించారు. ప్రస్తుతం బహాయీ మతం రెండువందలకు పైగా దేశాలలో ఉంది, లక్షలాది అనుచరులు, అనేక భాషల్లో గ్రంథాలు. ఇది ప్రపంచంలో వేగంగా వ్యాప్తి చెందిన మతాలలో ఒకటి.

బహాయీ ఆరాధన విధానం, బహాయీ మతంలో రోజుకు మూడు ప్రార్థనలు, ఉపవాసం మార్చి 2–20, పందొనిమిది రోజుల పండుగ. ప్రపంచ వ్యాప్తంగా ఉన్న బహాయీ ప్రార్థనా మందిరాలు, న్యూ ఢిల్లీ కమల దేవాలయం, షికాగో, కాంపాలా, సిడ్నీ. ఇవి అన్ని మతాలకు తెరవబడి ఉంటాయి.

బహాయీ మతం మహిళల స్థానం, బహాయీ సిద్ధాంతం మహిళ పురుష సమానత్వం తప్పనిసరి. విద్యలో, నాయకత్వంలో, సామాజిక సేవలో సమాన హక్కులు. బహాయీ దృష్టిలో మతం మరియు శాస్త్రం పరస్పర విరుద్ధం కావు, శాస్త్రం సత్యాన్వేషణ, మతం నైతిక, మార్గదర్శకత్వం.

ఇరాన్‌లో ఇప్పటికీ బహాయీలు నిర్బంధానికి గురవుతున్నారు. విద్య హక్కు నిరాకరణ, ఆస్తుల స్వాధీనం, సామాజిక వివక్ష, అయినా వారు హింసకు ప్రతిఘటనగా శాంతిని ఎంచుకున్నారు. బహాయీ మతం ఒక చిన్న ఉద్యమంగా ప్రారంభమై, ఒక సమగ్ర ప్రపంచ దృష్టిగా మారింది. దాని బలం ఐక్యత, సమానత్వం, శాంతి.

బహాయీ మతం ప్రత్యేకత దాని స్థాపకులు స్వయంగా విస్తృతంగా రచనలు చేశారు. బహౌల్లా, అబ్దుల్-బహా మరియు షోగీ ఎఫెంది రచనలు కలిపి వేల పేజీల ఆధ్యాత్మిక గ్రంథాలుగా ఉన్నాయి. కితాబ్-ఇ-అక్దాస్ ఇది బహాయీ మతానికి ప్రధాన ధర్మశాసనం. ఈ గ్రంథంలో వ్యక్తిగత ఆచరణ నియమాలు, సామాజిక నైతికత, ప్రార్థన

విధానం, ఉపవాస నియమాలు, పరిపాలనా వ్యవస్థ పునాది. ఇది కఠిన చట్టాల గ్రంథం కాదు, ఇది నైతిక మార్గదర్శక గ్రంథం.

కితాబ్-ఇ-ఇక్వాన్, హిడెన్ వర్డ్స్ ఇది బహాయీ మతంలో అత్యంత ఆధ్యాత్మిక గ్రంథాలలో ఒకటి. ఇందులో చిన్న చిన్న సూక్తులు ఉంటాయి. 'ఓ మానవ పుత్రా! నేను నిన్ను ప్రేమతో సృష్టించాను నువ్వు కూడా ప్రేమతో నన్ను గుర్తించు' ఇలాంటి సూక్తులు వ్యక్తిగత ఆత్మపరిశీలనకు దారి చూపుతాయి.

బహాయీ మతం ప్రకారం మనిషి ఆత్మ శాశ్వతం, శరీరం తాత్కాలికం, పునర్జన్మ భావనను అక్షరార్థంలో అంగీకరించదు, ఆత్మ పరలోకంలో అభివృద్ధి చెందుతూనే ఉంటుంది. ఇది ఆత్మను ఒక నిరంతర అభివృద్ధి ప్రయాణంగా చూస్తుంది. పరలోక దృష్టి, స్వర్గం, నరకం అనే భావనలను బహాయీ మతం ప్రతీకాత్మకంగా అర్థం చేసుకుంటుంది.

దేవునికి సమీపంగా ఉండడం అంటే స్వర్గం, దేవుని నుండి దూరంగా ఉండడం అంటే నరకం. ఇది నైతిక జీవన విధానాన్ని ప్రోత్సహిస్తుంది. పాపం అంటే అజ్ఞానం, జ్ఞానం ద్వారా విముక్తి, దేవుడు శిక్షకుడు కాదు, అతను మార్గదర్శి.

9. బౌద్ధమతం

క్రీస్తుపూర్వ 6 వ శతాబ్దం భారతదేశ ఆధ్యాత్మిక కల్లోలం, ఈ శతాబ్దం భారతదేశ చరిత్రలో ఒక మహత్తర మలుపు. వేదకాలం ముగింపు దశలో ఉంది. సమాజం వర్ణవ్యవస్థ కఠినంగా మారింది, యజ్ఞాలు అధికంగా ప్రాముఖ్యం పొందాయి, బ్రాహ్మణాధికారం బలపడింది, సామాన్య ప్రజల ఆధ్యాత్మిక ఆశలు నిర్లక్ష్యం చేయబడ్డాయి. ఇలాంటి కాలంలో రెండు మహత్తర సంస్కరణ ఉద్యమాలు పుట్టుకొచ్చాయి. జైనమతం, బౌద్ధమతం.

సిద్ధార్థ గౌతముడు జననం క్రీ.పూ. 563 లుంబిని ప్రస్తుత నేపాల్, తండ్రి శుద్ధోదనుడు, తల్లి మాయాదేవి. సిద్ధార్థుడు శాక్య వంశానికి చెందినవాడు. ఆయన రాజమహల్‌లో సుఖవంతమైన జీవితం గడిపాడు. వృద్ధుడు, రోగి, మృతదేహం, ఒక సన్యాసి ఈ నాలుగు దర్శనాలు జీవితం మార్చిన క్షణం, ఆయన మనసును కుదిపేశాయి. 'జీవితం అనిత్యం. దుఃఖం నుండి విముక్తి మార్గం ఏమిటి?' అన్న ప్రశ్న ఆయనను సంసారాన్ని విడిచి వెళ్లేలా చేసింది.

ఇరవై తొమ్మిది ఏళ్ల వయస్సులో సిద్ధార్థుడు రాజమహల్‌ను విడిచాడు. ఇది 'మహాభినిష్క్రమణ' గా ప్రసిద్ధి. ఆయన కఠోర తపస్సు చేశాడు. అతి కఠిన సాధన విముక్తి మార్గం కాదని గ్రహించాడు. బోధ్ గయలోని బోధి వృక్షం క్రింద ధ్యానంలో కూర్చొని కామ, క్రోధ, మోహాలను జయించాడు, క్రీ.పూ. 528 లో జ్ఞానం పొందాడు. ఆ రోజు నుండి ఆయన బుద్ధుడు అయ్యాడు అర్థం జాగృతుడైనవాడు.

ధర్మ చక్ర ప్రవర్తనం, సారనాథ్‌లోని మృగదావంలో మొదటి ఉపదేశం ఇచ్చాడు. ఇది 'ధర్మ చక్ర ప్రవర్తనం' గా ప్రసిద్ధి. బౌద్ధమతపు ప్రాథమిక సిద్ధాంతాలు,

నాలుగు ఆర్య సత్యాలు, దుఃఖం ఉంది, దుఃఖానికి కారణం ఉంది తృష్ణ, దుఃఖ నివృత్తి సాధ్యం, దుఃఖ నివృత్తి మార్గం ఉంది.

అష్టాంగ మార్గం, సమ్యక్ దృష్టి, సమ్యక్ సంకల్పం, సమ్యక్ వాక్కు, సమ్యక్ కర్మ, సమ్యక్ జీవనం, సమ్యక్ వ్యాయామం, సమ్యక్ స్మృతి, సమ్యక్ సమాధి. ఇది ఒక నైతిక ధ్యాన జ్ఞాన మార్గం.బౌద్ధ సంఘ స్థాపన, బుద్ధుడు ఒక సంఘాన్ని ఏర్పాటు చేశాడు. భిక్షువులు, భిక్షుణీలు, గృహస్థులు. ఇది సమానత్వానికి ఒక నూతన దారి. క్రీ.పూ 483 లో కుశీనగరంలో బుద్ధుడు పరినిర్వాణం పొందాడు.

బౌద్ధమతం ఒక సంస్కరణ ఉద్యమం. బౌద్ధమతం యజ్ఞాలను నిరాకరించింది, వర్ణవ్యవస్థను ప్రశ్నించింది, సమానత్వాన్ని ప్రోత్సహించింది, తర్కం మరియు అనుభవాన్ని ప్రాముఖ్యం ఇచ్చింది. బుద్ధుని జీవితం ఒక వ్యక్తి ప్రయాణం మాత్రమే కాదు అది మానవ చైతన్య విప్లవం.

10. చక్రవర్తి అశోకుడు - సామ్రాజ్య విజేత

భారత చరిత్రలో శక్తి, పరిపాలనా దూరదృష్టి, మరియు ఆధ్యాత్మిక పరివర్తనకు ప్రతీకగా నిలిచిన చక్రవర్తి అశోకుడు. అతని జీవితం ఒక చారిత్రక కథ మాత్రమే కాదు, అది మానవ అంతరంగ పరివర్తనకు సజీవ సాక్ష్యం. యుద్ధ రక్తపాతం మధ్యలో నిలబడి, ఇది నిజమైన విజయం కాదని ప్రకటించిన చక్రవర్తి చరిత్రలో అరుదు.

అశోకుని అర్థం చేసుకోవాలంటే ముందుగా మౌర్య వంశాన్ని అర్థం చేసుకోవాలి. ఈ వంశ స్థాపకుడు చంద్రగుప్త మౌర్యుడు. ఆయనకు మార్గదర్శకుడు చాణక్యుడు. వారి రాజనీతిశాస్త్రం, కౌటిల్య అర్థశాస్త్రం ద్వారా ఒక క్రమబద్ధమైన సామ్రాజ్య నిర్మాణం జరిగింది. చంద్రగుప్తుని తరువాత బిందుసారుడు పాలించాడు. బిందుసారుని కాలంలో సామ్రాజ్యం విస్తరించింది. ఈ వాతావరణంలోనే అశోకుడు పెరిగాడు. అశోకుని బాల్యంలోనే అతని ధైర్యం, కఠిన నిర్ణయాలు తీసుకునే స్వభావం కనిపించాయి. అతను ఉజ్జయిని, తక్షశిల ప్రాంతాల్లో గవర్నర్‌గా పనిచేసి తిరుగుబాట్లను అణచాడు.

బిందుసారుని మరణం తర్వాత వారసత్వ పోరాటం ప్రారంభమైంది. అశోకుడు అధికారాన్ని పొందడానికి తీవ్రమైన పోరాటం చేశాడని చరిత్రకారుల అభిప్రాయం.

క్రీ.పూ 268 ప్రాంతంలో అశోకుడు చక్రవర్తిగా పట్టాభిషిక్తుడయ్యాడు. ప్రారంభంలో అతనిని 'చండాశోకుడు' అని పిలిచేవారు. ఎందుకంటే అతని పాలనలో కఠినత్వం ఎక్కువ. అతని లక్ష్యం భారతదేశాన్ని సంపూర్ణంగా ఏకం చేయడం.

కళింగం ప్రస్తుత ఒడిశా మౌర్య సామ్రాజ్యానికి వెలుపల ఉంది. వ్యూహాత్మకంగా అది సముద్ర వాణిజ్యానికి కీలకం. అందువల్ల అశోకుడు దాన్ని జయించాలని నిర్ణయించాడు. క్రీ.పూ 261 ప్రాంతంలో జరిగిన కళింగ యుద్ధం అత్యంత రక్తపాతకరమైనది. శాసనాల ప్రకారం లక్షల మంది మరణించారు, అనేకులు బందీలయ్యారు. యుద్ధం తర్వాత యుద్ధభూమిని పరిశీలించిన అశోకుని హృదయం

కదిలింది. అతను తన శిలాశాసనంలో ఇలా పేర్కొన్నాడు 'కళింగ విజయం నాకు తీవ్రమైన పశ్చాత్తాపాన్ని కలిగించింది' ఇది ఒక చక్రవర్తి తన దోషాన్ని స్వయంగా అంగీకరించిన చారిత్రక సాక్ష్యం.

కళింగ యుద్ధం తర్వాత అశోకుడు హింసను త్యజించాడు. అతను గౌతమ బుద్ధుడు బోధించిన అహింస, కరుణ, సమతా సిద్ధాంతాలను స్వీకరించాడు. అశోకుడు బౌద్ధుడైనప్పటికీ, అతని ధర్మం కేవలం బౌద్ధ మతప్రచారం కాదు. అది ఒక నైతిక జీవన విధానం. అతని ధర్మ సూత్రాలు అహింస, జంతు సంరక్షణ, తల్లిదండ్రుల పట్ల గౌరవం, మత సహనం, ప్రజా సంక్షేమం.

అశోకుడు తన ధర్మాన్ని ప్రజలకు చేరవేయడానికి శిలాశాసనాలు, స్తంభాలు ఏర్పాటు చేశాడు. ఇవి భారతదేశంలోని అనేక ప్రాంతాల్లో లభించాయి. అశోక స్తంభాలలో ప్రసిద్ధమైనది సారనాథ్ సింహస్తంభం. ఇది భారతదేశ జాతీయ చిహ్నంగా స్వీకరించ బడింది. శాసనాల భాష ప్రాకృతం, లిపి బ్రాహ్మీ. కొన్ని గ్రీకు, అరామిక్ భాషల్లో కూడా లభించాయి. ఇది అతని సామ్రాజ్య విస్తృతిని తెలియజేస్తుంది. శాసనాల్లో ప్రధాన సందేశాలు రాజు ప్రజలకు సేవకుడు, మతాల మధ్య పరస్పర గౌరవం, హింసకు బదులు క్షమ.

అశోకుడు 'ధర్మ మహామాత్రులు' అనే అధికారులను నియమించాడు. వారి పని ప్రజల నైతిక జీవనాన్ని ప్రోత్సహించడం, సామాజిక సమస్యలను పరిష్కరించడం, మతాల మధ్య సమన్వయం. అతను రహదారుల వెంట చెట్లు నాటించాడు. బావులు తవ్వించాడు. ఆసుపత్రులు నిర్మించాడు. జంతువుల కోసం కూడా వైద్య కేంద్రాలు ఏర్పాటు చేశాడు. ఇది ప్రాచీన భారతదేశంలో సంక్షేమ రాష్ట్ర భావనకు ప్రారంభం.

అశోకుడు బౌద్ధ ధర్మాన్ని ఇతర దేశాలకు పంపించాడు. అతని కుమారుడు మహేంద్రుడు, కుమార్తె సంగమిత్రను శ్రీలంక కు పంపించాడు. అశోకుని ప్రయత్నాల వల్ల బౌద్ధం శ్రీలంక, నేపాల్, మయన్మార్, థాయ్‌లాండ్ వంటి దేశాలకు వ్యాపించింది.

అతను బౌద్ధ సన్యాసుల మూడవ సంఘాన్ని కూడా నిర్వహించినట్లు చరిత్రకారులు చెబుతారు.

అశోకుని శాసనాలలో స్పష్టంగా కనిపించే అంశం మత సహనం. 'తన మతాన్ని గౌరవించు, ఇతర మతాలను తక్కువగా చూడవద్దు. ఈ భావన ఆధునిక రాజ్యాంగ లౌకికతకు మూలం. అశోకుని జీవితాన్ని మూడు దశలుగా చూడవచ్చు శక్తి సాధన దశ విస్తరణ, యుద్ధాలు, పశ్చాత్తాప దశ కళింగ యుద్ధం తర్వాత ధర్మ దశ శాంతి, సంక్షేమం అతను తన అంతరంగాన్ని మార్చుకున్నాడు.

భారత జాతీయ పతాకంలో ఉన్న అశోక చక్రం ధర్మ చక్రం. ఇది సత్యం, న్యాయం, కర్తవ్యానికి ప్రతీక. సారనాథ్ సింహస్తంభం భారతదేశ జాతీయ చిహ్నంగా నిలిచింది. అశోకుడు కేవలం చరిత్రలోనే కాదు, ఆధునిక భారత ఆత్మలో కూడా జీవిస్తున్నాడు.

క్రీ.పూ. 232 ప్రాంతంలో అశోకుడు మరణించాడు. అతని మరణం తర్వాత మౌర్య సామ్రాజ్యం క్రమంగా బలహీనపడింది. కాని అతని వారసత్వం శాశ్వతం ధర్మ పరిపాలన సిద్ధాంతం, మానవత్వం కేంద్రంగా ఉన్న రాజధర్మం, ప్రపంచ శాంతి సందేశం.

మతం అంటే కేవలం ఆచారాలు కాదు, అది నైతిక జీవన విధానం. అశోకుడు దీనిని కార్యరూపంలో చూపించాడు. అతని జీవితం చెబుతుంది 'అధికారంతో జయించిన రాజు గొప్పవాడు కావచ్చు, కాని హృదయాలను జయించిన రాజు మహానుభావుడు'.

అశోకుని జీవితం హింస నుంచి శాంతికి, అహంకారం నుంచి వినయానికి, సామ్రాజ్య విస్తరణ నుంచి మానవ సేవకు చేసిన అతని ప్రయాణం మానవ చరిత్రలో అరుదైన ఉదాహరణ. ధర్మం అనేది విభజన కాదు సమన్వయం. శక్తి అనేది భయం కాదు సేవ. రాజ్యం అనేది అధికారము కాదు బాధ్యత.

భారత చరిత్రలో శిలలపై చెక్కబడిన నైతిక సత్యాలు ఉంటే అవి అశోకుడు శాసనాలు. ఇవి కేవలం పరిపాలనా ప్రకటనలు కాదు ఇవి ఒక చక్రవర్తి అంతరంగ

పరివర్తనకు సాక్ష్యాలు. కళింగ యుద్ధం తర్వాత అశోకుడు అనుభవించిన పశ్చాత్తాపం అతని ఆలోచనలను మార్చింది. ఆ మార్పు ఫలితమే శాసనాలు.

అశోక శాసనాల్లో ధర్మ అనే పదం ప్రధానంగా కనిపిస్తుంది. ఈ ధర్మం కేవలం బౌద్ధ మతప్రచారం కాదు. అతను గౌతమ బుద్ధుడు బోధించిన కరుణ, మైత్రి, అహింస భావాలను స్వీకరించినప్పటికీ, తన శాసనాల్లో ధర్మాన్ని సార్వత్రిక నైతికతగా వివరించాడు. అశోక ధర్మంలోని ముఖ్యాంశాలు అహింస, తల్లిదండ్రుల పట్ల గౌరవం, గురువుల పట్ల వినయం, సత్యవచనం, మత సహనం, సేవా భావం. ఇది మతపరమైన ఆచారాల కంటే మానవ విలువలకు ప్రాధాన్యత ఇచ్చిన ధర్మం. అశోకుని ధర్మం 'నైతిక మానవతావాదం' కు దగ్గరగా ఉంటుంది.

అశోకుని 13 వ శాసనం అత్యంత ప్రసిద్ధి. అందులో కళింగ యుద్ధం వల్ల కలిగిన బాధను అతను వ్యక్తపరిచాడు. ఒక చక్రవర్తి ఇలా ప్రకటించడం అరుదు 'విజయం కన్నా ధర్మవిజయం శ్రేష్ఠం' ఇది శక్తి కేంద్రిత రాజకీయాల నుండి నైతిక రాజకీయాలకు మార్పు. ఇది 'అంతరంగ విప్లవం' రాజధర్మం లోపల నైతికత ప్రవేశించడం.

అశోక శాసనాల్లో ఒక గొప్ప భావన తన మతాన్ని మాత్రమే పొగడక, ఇతర మతాలను గౌరవించాలి. ఈ భావన ఆధునిక లౌకికతకు మూలం. ఇది 'సత్యం ఏకమే, మార్గాలు అనేకం' అనే సమన్వయ సిద్ధాంతం. అశోకుడు బౌద్ధుడైనా ఇతర సంప్రదాయాలను గౌరవించాడు. ఇది మతసహనాన్ని రాజకీయ ధర్మంగా మార్చింది.

అశోకుడు జంతువుల బలిని తగ్గించాడు. కొన్ని జంతువులను హత్య చేయకుండా నిషేధించాడు. ఆసుపత్రులు నిర్మించాడు మనుషులకే కాదు, జంతువులకు కూడా. అహింసను భావనగా కాక, విధానంగా అమలు చేయడం అతని గొప్పతనం. ఇది కేవలం బౌద్ధ ప్రభావం కాదు, ఇది నైతిక పరిపాలన. అశోక శాసనాల్లో రాజు తనను ప్రజల సేవకుడిగా పేర్కొన్నాడు. 'ప్రజల ఆనందమే నా ఆనందం' ఇది 'దైవిక రాజత్వం' నుండి 'నైతిక బాధ్యత' వైపు మార్పు. రాజు అధికారానికి కేంద్రం కాదు, సేవకు కేంద్రం.

అశోకుడు ధర్మ మహామాత్రులు అనే అధికారులను నియమించాడు. వారి పని నైతిక జీవనాన్ని ప్రోత్సహించడం, మతాల మధ్య సమన్వయం, సామాజిక శాంతి. ఇది ఒక నైతిక రాష్ట్ర భావన. అశోక శాసనాలు ప్రాకృత భాషలో, బ్రాహ్మీ లిపిలో ఉన్నాయి. కొన్ని గ్రీకు, అరామిక్ భాషల్లో కూడా ఉన్నాయి. ఇది రాజు ప్రజలతో నేరుగా మాట్లాడాలనే తపనను సూచిస్తుంది. ఇది అధికార ప్రకటన కాదు సంభాషణ.

అశోకుడు ధర్మవిజయం అనే పదాన్ని ఉపయోగించాడు. అంటే యుద్ధవిజయం కాదు, హృదయాలను గెలుచుకోవడం. ఇది నైతిక ప్రభావం ద్వారా ప్రపంచాన్ని మార్చే సిద్ధాంతం. అశోక శాసనాల తత్వం నేటికీ ప్రాసంగికం, మతసహనం, సంక్షేమ రాష్ట్రం, నైతిక రాజకీయాలు, అహింసా విధానం. ప్రపంచంలో విభజనలు పెరుగుతున్న ఈ కాలంలో అశోకుని శాసనాలు సమన్వయానికి మార్గదర్శకాలు.

అశోక శాసనాలు మతాన్ని విభజన సాధనంగా కాక, సమన్వయ సాధనంగా చూపాయి. ధర్మం అంటే మానవత్వం, కరుణ, బాధ్యత. అతని శాసనాలు ఒక గొప్ప పాఠం చెబుతున్నాయి 'శక్తి తాత్కాలికం, ధర్మం శాశ్వతం' అశోకుడు శాసనాలు చరిత్ర పత్రాలు మాత్రమే కాదు, అవి ఒక చక్రవర్తి ఆత్మసాక్ష్యం. కళింగ యుద్ధం అతని జీవితాన్ని మార్చింది. శాసనాలు ప్రపంచాన్ని మార్చాయి. హింసతో భూభాగాలు గెలవవచ్చు కాని కరుణతో హృదయాలు గెలవాలి.

11. దలైలామా

ప్రపంచ చరిత్రలో కొందరు వ్యక్తులు రాజ్యాధికారం వల్ల, ఆయుధ బలం వల్ల, సంపదల వల్ల కాదు కేవలం కరుణ, సహనం, శాంతి అనే విలువల వల్ల చరిత్రను మార్చారు.

దలై లామా జీవితం నిజానికి ఒక వ్యక్తి కథ కాదు అది ఒక నాగరికత గాయపడిన కథ, ఒక ఆత్మ నిలబడి పోరాడిన చరిత్ర. 1950 లో చైనా సైన్యం టిబెట్‌లో ప్రవేశించింది. అది కేవలం భూభాగంపై దాడి కాదు ఒక ఆధ్యాత్మిక సంస్కృతిపై దాడి. అప్పటికి దలై లామా వయసు కేవలం పదిహేను సంవత్సరాలు. ఇంకా పూర్తిగా మత శిక్షణ పూర్తిచేయని యువ నాయకుడు. కాని చరిత్ర అతడిని ముందుకు నెట్టింది. దేశపు ఆత్మగా అతడు నిలవాల్సి వచ్చింది. టిబెట్‌లో మఠాలు ధ్వంసమయ్యాయి, గ్రంథాలు కాలిపోయాయి, సన్యాసులు నిర్బంధించబడ్డారు.

ఈ పరిస్థితుల్లో కూడా దలై లామా హింసకు పిలుపు ఇవ్వలేదు. అతడు ఆయుధం ఎత్తలేదు. అతడు ఎత్తిన ఏకైక ఆయుధం కరుణ. ప్రాణహాని తప్పదనే పరిస్థితిలో, దలై లామా హిమాలయాలను దాటుతూ భారతదేశానికి శరణార్థిగా వచ్చాడు. ఆ ప్రయాణం ఒక పారిపోవడం కాదు. అది ఒక సంస్కృతిని రక్షించుకున్న యాత్ర.

భారతదేశం అతడికి ఆశ్రయం ఇచ్చింది. ధర్మశాలలో టిబెట్ ప్రభుత్వాన్ని నిర్వాసిత ప్రభుత్వంగా ఏర్పాటు చేశాడు. 'మా భూమిని కోల్పోయాం. కాని మా మానవత్వాన్ని కోల్పోలేదు' దలై లామా రాజకీయ పోరాటాన్ని కూడా అహింస మార్గంలోనే నడిపించాడు. అహింస బలహీనత కాదు, అది అత్యున్నత ధైర్యం అని నమ్మాడు. అతడు ఆయుధ తిరుగుబాటును నిరాకరించాడు, ఉగ్రవాదాన్ని ఖండించాడు. చైనీయుల పట్ల ద్వేషాన్ని ప్రోత్సహించలేదు. 'చైనీయులు మా శత్రువులు కాదు. అజ్ఞానం

మా శత్రువు' నిర్వాసనలో ఉన్నప్పటికీ, దలై లామా మౌనంగా ఉండలేదు. ప్రపంచ దేశాలను సందర్శించాడు.

సంయుక్త రాజ్య సమితి వేదికలపై మాట్లాడాడు. టిబెట్ సమస్యను రాజకీయంగా కాకుండా మానవహక్కుల సమస్యగా మార్చాడు. అతడు అడిగింది స్వాతంత్ర్యం కాదు సాంస్కృతిక స్వేచ్ఛ, ఆధ్యాత్మిక స్వయం పాలన, భాష, మతం, జీవన విధాన పరిరక్షణ. ఈ దృష్టికోణం అతడిని ప్రపంచ నాయకుల్లో ప్రత్యేకంగా నిలిపింది. కరుణకు లభించిన గౌరవం 1989 లో నోబెల్ శాంతి బహుమతి. ఆ బహుమతి ఒక వ్యక్తికి కాదు అహింసకు, కరుణకు, సంఘర్షణల మధ్య కూడా శాంతిని ఎంచుకున్న మానవ మనసుకు.

'నేను టిబెట్ కోసం మాత్రమే మాట్లాడటం లేదు. ప్రపంచం అంతటా బాధపడుతున్న ప్రతి మనిషి కోసం మాట్లాడుతున్నాను' ఆ రోజు నుంచి దలై లామా ఒక మత నాయకుడిగా కాదు మానవతా నాయకుడిగా గుర్తించబడ్డాడు. దలై లామా బోధనల గొప్పతనం ఏంటంటే అవి బౌద్ధులకు మాత్రమే కావు. అతడు చెప్పేది కరుణ మతం కాదు, సహనం పూజ కాదు, మానవత్వం సిద్ధాంతం కాదు. 'నా మతం కరుణ' ఇది ఒక విప్లవాత్మక వాక్యం.

నాడీ శాస్త్రం, మనస్తత్వశాస్త్రం , క్వాంటం భౌతిక శాస్త్రాల పై ఆసక్తి చూపించాడు. శాస్త్రవేత్తలతో సంభాషణలు చేశాడు. అతడు చెప్పాడు 'శాస్త్రం ఏదైనా బౌద్ధ సిద్ధాంతాన్ని తప్పు అని నిరూపిస్తే, బౌద్ధం మారాలి' ఇది మత చరిత్రలో అరుదైన వినయం. బాధ తప్పదు కాని ద్వేషం తప్పనిసరి కాదు నష్టం జరగవచ్చు కాని నైతిక పతనం జరగాల్సిన అవసరం లేదు. టిబెట్‌ను కోల్పోయిన మనిషి ప్రపంచానికి శాంతిని పంచాడు.

ఇది చరిత్రలో అరుదైన సంఘటన. దలై లామా నిర్వాసనం ఒక విషాదం. కాని ఆ విషాదమే అతడిని ప్రపంచ గుండెల్లో స్థానం కల్పించింది. రాజ్యం లేని నాయకుడు, సైన్యం లేని పోరాటం, అధికారంలేని ప్రభావం ఇదే అతని విశిష్టత.

అతడు రాజ్యాన్ని కోల్పోయాడు, కాని మానవత్వాన్ని గెలుచుకున్నాడు, అధికారాన్ని వదిలాడు, కాని అంతరాత్మను నడిపించాడు. ఆధ్యాత్మికతను పూజగా నిర్వచించ లేదు. ఆచారాలుగా పరిమితం చేయలేదు. అతని దృష్టిలో ఆధ్యాత్మికత అంటే కరుణ, ధ్యానం అంటే మనసు పరిశీలన, ధర్మమంటే బాధ తగ్గించే మార్గం.

'మతం ఉండొచ్చు, లేకపోయినా పరవాలేదు. మానవత్వం లేకపోతే అన్నీ వ్యర్థం' ఇది మత చరిత్రలో అత్యంత విప్లవాత్మక ఆలోచన. తత్వంలో కేంద్రంగా ఉన్న భావన, కరుణ అంటే జాలి కాదు. బలహీనత కాదు. కరుణ అంటే ఇతరుల బాధను గ్రహించడం వారి బాధను తగ్గించాలనే సంకల్పం ద్వేషానికి బదులు అర్థం చేసుకోవడం.

'మీ శత్రువులే మీ ఉత్తమ గురువులు. వారు మీ సహనాన్ని పరీక్షిస్తారు' ఆచరించడం ఇంకా కష్టం. టిబెట్‌ను ఆక్రమించిన వారిపట్ల కూడా ద్వేషాన్ని పెంచలేదు. ఇదే అతడిని సాధారణ మత నాయకుడి నుంచి మానవాతీత నాయకుడిగా మార్చింది. దలై లామా బౌద్ధ ధర్మంలోని దుఃఖ సిద్ధాంతాన్ని ఆధునిక ప్రపంచానికి అనువదించాడు. 'బాధ జీవితం లో భాగమే, దానిపై మన స్పందనే మన భవిష్యత్తును నిర్ణయిస్తుంది' అతడు బాధను శిక్షగా భావించలేదు, బాధను మనసు అవగాహనకు అవకాశంగా చూశాడు. ఈ దృష్టికోణం ఆందోళన, ఒత్తిడితో పోరాడుతున్న ఆధునిక మనిషికి ఒక ఔషధంలా మారింది.

2011 లో దలై లామా టిబెట్ నిర్వాసిత ప్రభుత్వంలోని రాజకీయ అధికారాన్ని స్వచ్ఛందంగా వదిలేశాడు. 'ఆధ్యాత్మిక నాయకత్వం రాజకీయ అధికారంతో కలిస్తే ధర్మం మసకబారుతుంది' ఇది చరిత్రలో అరుదైన సంఘటన. అధికారం వదిలిన నాయకులు చాలా తక్కువ. అతను ఆధికారాన్ని తిరస్కరించి నైతిక బలాన్ని ఎంచుకున్నాడు.

ఆధునిక యువత గురించి 'డబ్బు సుఖాన్ని కొనలేదు, టెక్నాలజీ సంబంధాలను భర్తీ చేయలేదు, పోటీ ఆనందాన్ని ఇవ్వదు, మీ వృత్తి కంటే మీ మనసును నిర్మించుకోండి' ఇది నేటి కాలంలో అత్యంత అవసరమైన సందేశం. 'నేను బౌద్ధుడిని కావచ్చు కాని

ముందు నేను మనిషిని'. మతాలు మారవచ్చు, సిద్ధాంతాలు మారవచ్చు, కాని మానవ విలువలు శాశ్వతం.

అతడు ప్రతిపాదించినది సార్వత్రిక నైతికత అంటే కరుణ, నిజాయితీ, సహనం, బాధ్యత ఇవి మతానికి అతీతమైన ధర్మాలు. శక్తి లేకుండా ప్రభావం చూపవచ్చు, ఆయుధాలు లేకుండా పోరాడవచ్చు, ద్వేషం లేకుండా అన్యాయాన్ని ఎదిరించవచ్చు.

'శాంతి ప్రభుత్వాల చేతిలో కాదు. ప్రతి మనిషి హృదయంలో మొదలవుతుంది' ఇది ఒక తత్వం కాదు, ఒక బాధ్యత. ఒక మత నాయకుడు కాదు, ఒక దేశాధిపతి కాదు, బాధను జ్ఞానంగా మార్చినవాడు, నిర్వాసనాన్ని మానవతగా మలిచినవాడు, మతాన్ని కరుణగా అనువదించినవాడు, టిబెట్ కోల్పోయిన వ్యక్తి ప్రపంచానికి దారి చూపించాడు. దలై లామా జీవితం నేర్పేది ఒక్కటే మనిషి గొప్పతనం అతడు ఎంత గెలిచాడన్నదిలో కాదు, ఎంత కరుణతో నిలబడ్డాడన్నది లోనే అంతర్ముఖంగా నిలిచి ఉంది.

దలైలామా ఒక వ్యక్తి మాత్రమే కాదు, ఒక ఆలోచన, కరుణ, శాంతి, మానవత్వం.

12. ఆచార్య నాగార్జునుడు

భారతదేశ ఆధ్యాత్మిక చరిత్రలో కొందరి మహనీయుల పేర్లు యుగయుగాల పాటు ప్రకాశిస్తాయి. ఆ జాబితాలో అగ్రగణ్యుడు ఆచార్య నాగార్జునుడు. బుద్ధుని తరువాత బౌద్ధ తత్వాన్ని అత్యంత లోతుగా విశ్లేషించి, దానికి ఒక కొత్త తాత్విక దిశను ఇచ్చిన మహా తత్వవేత్త నాగార్జునుడు.

ఆచార్య నాగార్జునుడు క్రీస్తు శకం రెండవ శతాబ్దంలో జీవించినట్లు చరిత్రకారులు అంగీకరిస్తున్నారు. ఆయన జన్మస్థలం గురించి వివిధ అభిప్రాయాలు ఉన్నప్పటికీ, చాలామంది పండితుల అభిప్రాయం ప్రకారం ఆయన ఆంధ్రదేశం ప్రస్తుత గుంటూరు నాగార్జునకొండ పరిసర ప్రాంతం లో జన్మించారు. ఆ కాలంలో శాతవాహనులు ఆంధ్రప్రాంతాన్ని పాలిస్తున్నారు. బౌద్ధం ఇప్పటికే భారతదేశంలో విస్తరించింది, మహాయాన ఉద్యమం పుట్టుకొస్తోంది. ఈ పరిస్థితుల్లో నాగార్జునుడు తాత్విక రంగప్రవేశం చేశారు.

పురాణ గాథల ప్రకారం నాగార్జునుడు ఒక బ్రాహ్మణ కుటుంబంలో జన్మించారు. వేదాలు, శాస్త్రాలు అభ్యసించారు, తరువాత బౌద్ధ సన్యాసిగా మారారు. ఇది చారిత్రకంగా పూర్తిగా నిర్ధారించబడనప్పటికీ, ఆయనకు ఉన్న వేదాంత పరిజ్ఞానం, శాస్త్రీయ తర్కం ఆయన విస్తృత విద్యను సూచిస్తుంది.

మహాయాన బౌద్ధ తత్వం, బౌద్ధం ప్రారంభంలో ప్రధానంగా థేరవాద హీనయాన రూపంలో ఉంది. కాని సమాజ అవసరాలకు అనుగుణంగా ఒక కొత్త తాత్విక దిశ అవసరమైంది. ఈ సందర్భంలో మహాయాన బౌద్ధం పుట్టుకొచ్చింది. నాగార్జునుడు మహాయాన సిద్ధాంతానికి ప్రధాన తాత్విక పునాది వేశారు.

నాగార్జునుని అత్యంత ప్రసిద్ధ సిద్ధాంతం శూన్యతా వాదం. శూన్యం అంటే ఖాళీ కాదు, అసత్యం కాదు, అన్ని వస్తువులు స్వతంత్ర స్వరూపం లేకుండా పరస్పర

ఆధారితంగా ఉండటం ఆయన గ్రంథం 'మూలమాధ్యమక కారిక' లో ఇలా చెప్పారు 'యత్ ప్రతీత్య సముత్పాదం శూన్యతాం తాం ప్రచక్ష్మహే' పరస్పర ఆధారితంగా ఉద్భవించినదే శూన్యం అంటే ప్రపంచంలోని ప్రతి వస్తువు ఇతర కారణాలపై ఆధారపడి ఉంటుంది. ఏదీ స్వతంత్రంగా ఉనికిలో లేదు. నాగార్జునుడు ప్రతిపాదించిన తత్వం మాధ్యమకము. మధ్యమ మార్గం అంటే శాశ్వతత్వం కాదు నాశ్వరత్వం కాదు ఈ రెండింటి మధ్య సమతుల్యత. బుద్ధుని 'మధ్యమ మార్గం' ను తాత్వికంగా విశ్లేషించి, నాగార్జునుడు ఒక లోతైన తర్క శాస్త్రంగా మలిచారు.

తర్కశాస్త్రంలో ఆయన ప్రతిభ నాగార్జునుడు కేవలం ఆధ్యాత్మిక గురువు కాదు ఒక అద్భుత తర్కవేత్త. ఆయన విధానం ప్రత్యర్థి సిద్ధాంతాన్ని తీసుకోవడం, దాని లోపాలను చూపించడం, చివరికి శూన్యతా భావాన్ని నిరూపించడం. ఈ పద్ధతిని 'ప్రసంగ పద్ధతి' అంటారు.

ఆంధ్రప్రదేశ్‌లోని నాగార్జునకొండ ఆయనతో అనుబంధం కలిగిన ప్రదేశంగా ప్రసిద్ధి చెందింది. అక్కడ బౌద్ధ విహారాలు స్తూపాలు విద్యా కేంద్రాలు ఉన్నాయి. ఇది ఆంధ్రప్రాంతంలో బౌద్ధ వికాసానికి ఒక గొప్ప చిహ్నం. శాస్త్ర ఆధ్యాత్మిక సమన్వయం నాగార్జునుడు ఒక వైద్యశాస్త్రజ్ఞుడిగా కూడా ప్రసిద్ధి. కొన్ని గ్రంథాలలో ఆయనను రసవైద్య పితామహుడు ఆల్కెమీ నిపుణుడు గా పేర్కొన్నారు. ఇది ఆయన బహుముఖ ప్రజ్ఞను సూచిస్తుంది. ఆచార్య నాగార్జునుడు బుద్ధుని తత్వాన్ని పునర్వ్యాఖ్యానించిన మహా తత్వవేత్త శూన్యతా సిద్ధాంతాన్ని ప్రపంచానికి అందించిన మేధావి.

మాధ్యమికం నుండి మహాయానానికి ఒక విప్లవాత్మక మార్పు. నాగార్జునుని ముందున్న బౌద్ధ పంథాలు ప్రధానంగా అభిధర్మ ఆధారిత విశ్లేషణాత్మక పద్ధతిలో సాగుతున్నాయి. వస్తువులను సూక్ష్మ భాగాలుగా విభజించి వాటి స్వరూపాన్ని అధ్యయనం చేయడం ప్రధాన లక్ష్యం.

నాగార్జునుడు ఒక ప్రశ్న వేశారు 'వస్తువులకు స్వతంత్ర స్వరూపం ఉంటే, అవి ఎలా మార్పు చెందగలవు?' ఈ ప్రశ్నే మాధ్యమిక తత్వానికి ఆది. ఆయన చెప్పినది

వస్తువులకు స్వతంత్ర స్వభావం స్వభావ సిద్ధాంతం లేదు అవి పరస్పర ఆధారితంగా ఉద్భవిస్తాయి అందుకే అవి శూన్యము. ఈ భావన మహాయాన బౌద్ధానికి తాత్విక పునాది అయింది. చైనా లో వ్యాప్తి నాగార్జునుని గ్రంథాలు క్రీస్తుశకం నాల్గవ శతాబ్దం నాటికి చైనాకు అనువాదమయ్యాయి. ప్రసిద్ధ బౌద్ధ అనువాదకుడు కుమారజీవుడు నాగార్జునుని రచనలను చైనీస్‌లోకి అనువదించాడు.

దీంతో మాధ్యమిక తత్వం చైనాలో విస్తరించింది 'సాన్ లున్' అనే పంథం ఏర్పడింది నాగార్జునుడు చైనా బౌద్ధంలో ఒక ప్రాముఖ్యమైన తాత్వికుడిగా గౌరవించ బడ్డాడు. టిబెట్‌లో నాగార్జున ప్రభావం టిబెట్ బౌద్ధం మాధ్యమిక సిద్ధాంతాన్ని ప్రధాన తాత్విక పునాదిగా స్వీకరించింది. టిబెటన్ సంప్రదాయంలో నాగార్జునుడు 'రెండవ బుద్ధుడు' గా గౌరవించబడతాడు. మహాయాన తత్వానికి మూలస్థంభంగా భావించ బడతాడు టిబెట్‌లోని గొప్ప విశ్వవిద్యాలయాలు నలంద విక్రమశిల ఈ పీఠాల్లో మాధ్యమిక తత్వం ప్రధాన అధ్యయన అంశంగా ఉండేది.

జపాన్ కొరియా లో ప్రభావం చైనా ద్వారా నాగార్జునుని తత్వం జపాన్, కొరియా దేశాలకు వ్యాపించింది. జపాన్‌లో 'సాన్ రోన్' పంథం తరువాత జెన్ బౌద్ధం ఇవి మాధ్యమిక భావనల ప్రభావాన్ని పొందాయి. జెన్ లోని నిరాకార ధ్యానం భావనలకు అతీతమైన జ్ఞానం. వీటిలో నాగార్జునుని శూన్యతా సిద్ధాంతం ప్రతిఫలిస్తుంది. భారతదేశంలో నాగార్జునుని వారసత్వం భారతదేశంలో నాగార్జునుని తరువాత ఆర్యదేవుడు చంద్రకీర్తి భావవివేక వంటి మాధ్యమిక పండితులు ఆయన సిద్ధాంతాన్ని మరింత అభివృద్ధి చేశారు. ప్రత్యేకంగా చంద్రకీర్తి నాగార్జునుని శూన్యతా భావాన్ని విశదీకరించారు, ప్రసంగిక పద్ధతిని బలపరిచారు. ఇది బౌద్ధ తర్కశాస్త్రానికి అత్యున్నత దశ.

వేదాంతంతో తాత్విక సంభాషణ నాగార్జునుని తత్వం హిందూ వేదాంతంతో ఒక తాత్విక సంభాషణకు దారి తీసింది. ఆది శంకరాచార్యుల అద్వైత వేదాంతంలో మాయా భావన పరమార్థ వ్యవహార సత్యాలు ఇవి మాధ్యమిక భావనలతో పోల్చబడ్డాయి.

చాలామంది పండితులు అభిప్రాయం నాగార్జునుని తర్కం భారతీయ తత్వ చర్చలకు ఒక కొత్త దిశ ఇచ్చింది. బౌద్ధం వేదాంతం మధ్య వాదప్రతివాదాలకు ప్రేరణ అయింది.

విమర్శలు, అపార్థాలు శూన్యతా సిద్ధాంతం పై కొన్ని అపార్థాలు ఉన్నాయి. కొంతమంది శూన్యం అంటే నాస్తికత్వం అని భావించారు, జీవితం అర్థహీనమని వ్యాఖ్యానించారు. కాని నాగార్జునుడు స్పష్టంగా చెప్పారు 'శూన్యతను సరిగ్గా అర్థం చేసుకోకపోతే అది ఒక ప్రమాదకరమైన ఆయుధం'. శూన్యత అంటే నిరాకరణ కాదు పరస్పర ఆధారిత సత్యం.

నాగార్జునుని వ్యక్తిత్వ విశేషాలు పురాణ కథనాల ప్రకారం ఆయన నాగులతో సంబంధం కలిగి ఉన్నారని కథలు ఉన్నాయి అందుకే నాగార్జున అనే పేరు అవి చారిత్రకంగా నిర్ధారించబడక పోయినా, ఆయన గొప్పతనాన్ని ప్రతీకాత్మకంగా చూపిస్తాయి.

నలందా సంప్రదాయం నాగార్జునుని తత్వం నలందా విశ్వవిద్యాలయంలో ప్రధాన అధ్యయనాంశం. నలందా ప్రపంచంలోని మొదటి అంతర్జాతీయ విశ్వవిద్యాలయం చైనా, టిబెట్, కొరియా, ఇండోనేషియా విద్యార్థులు వచ్చేవారు. అక్కడ మాధ్యమికం ఒక ప్రాముఖ్యమైన పాఠ్యాంశం.

ఆధునిక కాలంలో నాగార్జునుని ప్రాముఖ్యత ఇప్పటి ప్రపంచంలో తాత్విక విభేదాలు మత ఘర్షణలు సత్యంపై వాదనలు ఇవి ఎక్కువగా కనిపిస్తున్నాయి. నాగార్జునుని శూన్యతా సిద్ధాంతం మనకు నేర్పేది ప్రతి దృష్టికోణం పరిమితమే కఠిన పట్టుదల ఘర్షణకు దారి తీస్తుంది. సమతుల్య దృష్టి అవసరం ఇది ఆధునిక సమాజానికి అత్యంత అవసరమైన సందేశం.

ఆచార్య నాగార్జునుడు బుద్ధుని తత్వాన్ని తాత్వికంగా గాఢతరం చేసిన మహామేధావి శూన్యతా సిద్ధాంతాన్ని ప్రపంచానికి అందించిన ఆలోచనాపరుడు. ఆంధ్రదేశ గర్వకారణుడు మహాయాన బౌద్ధానికి మూలస్తంభం చరిత్రలో ఆయన స్థానం 'బౌద్ధ తత్వాన్ని విశ్వతత్వంగా మార్చిన మహర్షి' నాగార్జునుడు ఒక వ్యక్తి మాత్రమే కాదు

ఒక తాత్విక విప్లవం. ఆయన మనకు నేర్పేది పరస్పర ఆధారితత అహంకార నిర్మూలన సమతుల్య దృష్టి.

13. అనాగారిక ధర్మపాలుడు

భారతదేశంలో బౌద్ధం పుట్టి, ప్రపంచమంతటా వ్యాపించి, తరువాత స్వదేశంలోనే క్షీణించిన ఒక చరిత్ర ఉంది. ఆ చరిత్రలో తిరిగి బౌద్ధ ధర్మాన్ని వెలిగించడానికి ప్రాణం పెట్టిన మహనీయుల్లో అగ్రగణ్యుడు అనాగారిక ధర్మపాలుడు. ఆయన పేరు వినగానే మనకు గుర్తుకొచ్చేది బోధ్ గయ విమోచన ఉద్యమం, మహాబోధి సమితి స్థాపన, ప్రపంచ బౌద్ధ పునరుజ్జీవన ప్రయత్నం.

అనాగారిక ధర్మపాలుడు 1864 సెప్టెంబర్ 17 న శ్రీలంకలో అప్పుడు సిలోన్ జన్మించారు. ఆయన అసలు పేరు డాన్ డేవిడ్ హ్యూయావితరణే. ఆ కాలంలో శ్రీలంక బ్రిటిష్ పాలనలో ఉంది. క్రైస్తవ మిషనరీల ప్రభావం పెరుగుతోంది. బౌద్ధం క్రమంగా సామాజికంగా బలహీనమవుతోంది, ఇలాంటి పరిస్థితుల్లో ధర్మపాలుడు జన్మించారు.

ధర్మపాలుడు క్రైస్తవ మిషనరీ పాఠశాలలో చదివారు. అక్కడ పాశ్చాత్య విద్యను అభ్యసించారు. కాని అదే సమయంలో ఆయనలో ఒక ప్రశ్న మేల్కొంది 'బుద్ధుని ధర్మం పుట్టిన దేశంలోనే ఎందుకు క్షీణించింది?' ఆయన జీవితంలో కీలక మలుపు అమెరికన్ తత్వవేత్త హెన్రీ స్టీల్ ఓల్కాట్ తో పరిచయం. ఓల్కాట్ బౌద్ధ పునరుజ్జీవనానికి కృషి చేస్తున్నాడు. ధర్మపాలుడు అతని సహచరుడయ్యాడు.

అనాగారిక అనే పేరు ధర్మపాలుడు సన్యాసి కాలేదు. కాని గృహస్థ జీవితాన్ని కూడా అనుసరించలేదు. అందుకే ఆయనకు అనాగారిక ఇల్లు లేని వాడు, గృహత్యాగి అనే బిరుదు వచ్చింది. ఇది ఒక మధ్యస్థ జీవన విధానం గృహసుఖాలు త్యజించడం కాని బౌద్ధ సంఘంలో పూర్తిస్థాయి భిక్షువు కాకపోవడం ఈ రూపంలో ఆయన ప్రపంచమంతా బౌద్ధ ధర్మ ప్రచారం చేశారు.

బోధ్ గయ ఉద్యమం, ధర్మపాలుడి జీవితంలో అత్యంత గొప్ప అధ్యాయం బోధ్ గయ విమోచన ఉద్యమం. బుద్ధుడు బోధిని పొందిన పవిత్ర స్థలం బోధ్ గయ. 19 వ

శతాబ్దంలో ఆ స్థలం హిందూ మహంతుల ఆధీనంలో ఉంది, బౌద్ధులకు స్వేచ్ఛా ప్రవేశం లేదు. ఇది ధర్మపాలుడిని కలిచివేసింది. 1891 లో ఆయన మహాబోధి సమితి స్థాపించారు. లక్ష్యం బోధ్ గయను బౌద్ధులకు తిరిగి అందించడం, బౌద్ధ పవిత్ర స్థలాలను సంరక్షించడం, భారతదేశంలో బౌద్ధ పునరుజ్జీవనం. ఈ ఉద్యమం దశాబ్దాల పాటు సాగింది. ప్రపంచ వేదికపై బౌద్ధ ధర్మం 1893 లో అమెరికాలో జరిగిన ప్రపంచ మత మహాసభ చికాగో లో ధర్మపాలుడు పాల్గొన్నారు.

అక్కడ బౌద్ధ ధర్మాన్ని ప్రపంచానికి పరిచయం చేశారు. ఆయన ప్రసంగం బౌద్ధం శాస్త్రీయ ధర్మం హింసకు వ్యతిరేకం సమానత్వాన్ని బోధిస్తుంది. ఆ సభలో ధర్మపాలుడి ప్రసంగం విశేషంగా గుర్తించబడింది.

భారతదేశంలో బౌద్ధ పునరుజ్జీవనం ధర్మపాలుడు తరచూ భారతదేశానికి వచ్చేవారు. ఆయన లక్ష్యం బౌద్ధ చరిత్రను భారతీయులకు గుర్తు చేయడం అశోకుని వారసత్వాన్ని వెలుగులోకి తేవడం బౌద్ధ గ్రంథాల ప్రచారం ఆయన వల్లే బౌద్ధ చరిత్రపై కొత్త పరిశోధనలు ప్రారంభమయ్యాయి, భారతీయ మేధావుల్లో బౌద్ధంపై ఆసక్తి పెరిగింది.

ధర్మపాలుడు కేవలం మత ప్రచారకుడు కాదు, ఒక సామాజిక సంస్కర్త. ఆయన మద్యపానం వ్యతిరేక ఉద్యమం, నైతిక విద్య, యువతలో ధర్మచైతన్యం వంటి కార్యక్రమాలు చేపట్టారు. అనాగరిక ధర్మపాలుడు బౌద్ధ పునరుజ్జీవనానికి పితామహుడు, బోధ్ గయ విమోచన పోరాట యోధుడు, ప్రపంచ వేదికపై బౌద్ధ ధర్మ ప్రతినిధి.

ధర్మపాలుడు బౌద్ధాన్ని కేవలం ఒక మతంగా కాకుండా ఒక నైతిక శాస్త్రీయ జీవన విధానంగా చూశారు. ఆయన అభిప్రాయం ప్రకారం బౌద్ధం మూఢనమ్మకాలపై ఆధారపడదు. అది పరిశీలన, అనుభవం, తర్కం మీద ఆధార పడుతుంది. బుద్ధుడు ఒక దైవం కాదు, ఒక జ్ఞాని. ఈ దృష్టికోణం పాశ్చాత్య ప్రపంచంలో బౌద్ధంపై ఆసక్తిని పెంచింది.

ధర్మపాలుడు శ్రీలంకలో బౌద్ధ జాతీయ చైతన్యాన్ని మేల్కొల్పారు. ఆ కాలంలో క్రైస్తవ మిషనరీల ప్రభావం ఎక్కువ. బౌద్ధ విద్యాసంస్థలు బలహీనంగా ఉన్నాయి.

ధర్మపాలుడు బౌద్ధ పాఠశాలలు స్థాపించడంలో సహకరించారు. యువతలో ధర్మ గర్వాన్ని పెంచారు. బౌద్ధ సంస్కృతిని రక్షించాలనే భావనను బలపరిచారు ఈ ఉద్యమం శ్రీలంక రాజకీయాల్లో కూడా ప్రభావం చూపింది.

ధర్మపాలుడు భారతదేశంలో బౌద్ధ చరిత్ర పునరుద్ధరణకు మార్గం సుగమం చేశారు. ఆయన కృషి వల్ల బోధ్ గయ అంతర్జాతీయంగా గుర్తింపు పొందింది. బౌద్ధ పుణ్యక్షేత్రాల పునరుద్ధరణ ప్రారంభమైంది. భారతీయులలో బౌద్ధంపై చైతన్యం పెరిగింది. డాక్టర్ బి.ఆర్. అంబేద్కర్ బౌద్ధ స్వీకరణ ఉద్యమం ఆధునిక బౌద్ధ సంఘాల ఏర్పాటుకు ఒక మానసిక పునాది వేసింది.

ప్రతి సంస్కర్తలాగే ధర్మపాలుడికీ విమర్శలు ఎదురయ్యాయి. కొంతమంది విమర్శలు ఆయన బౌద్ధ జాతీయతను బలపరచడం వల్ల ఇతర మతాలపై కఠిన వ్యాఖ్యలు చేశారని బోధ్ గయ ఉద్యమంలో హిందూ మహంతులతో ఘర్షణలు సృష్టించారని బౌద్ధాన్ని కొంతవరకు జాతీయ భావజాలంతో మేళవించారని అయితే ఆయన ఉద్దేశ్యం బౌద్ధ పవిత్ర స్థలాల సంరక్షణ చరిత్ర పునరుద్ధరణ ధర్మ గౌరవం అని ఆయన అనుచరులు చెబుతారు.

మహాబోధి సమితి వారసత్వం 1891లో స్థాపించిన మహాబోధి సమితి ఇప్పటికీ పనిచేస్తోంది. బౌద్ధ గ్రంథాల ప్రచురణ, అంతర్జాతీయ బౌద్ధ సదస్సులు, బోధ్ గయ అభివృద్ధి. ఈ సమితి ప్రపంచ బౌద్ధ సమాజానికి ఒక వేదికగా మారింది.

అనాగరిక ధర్మపాలుడు ఒక వారసత్వ ప్రతీక ధర్మపాలుడు 1933 లో భిక్షువుగా దీక్ష తీసుకొని 'శ్రీ దేవమిత్త ధర్మపాల' గా మారారు. అదే సంవత్సరం ఆయన పరమపదించారు. ఆయన జీవితం చూపించిన మార్గం, చరిత్రను మరచిపోకూడదు పవిత్ర స్థలాలను సంరక్షించాలి ధర్మాన్ని ఆధునిక ప్రపంచానికి అనువదించాలి.

ప్రపంచంలో మత ఘర్షణలు సంస్కృతి సంక్షోభాలు చరిత్రపై వాదనలు ఇవన్నీ కలిగివున్న నేపథ్యంలో ధర్మపాలుడి జీవితం ఒక పాఠం. 'ధర్మం జీవించాలంటే, దాన్ని రక్షించాలి, రక్షించాలంటే దాని విలువలను అర్థం చేసుకోవాలి'

అనాగరిక ధర్మపాలుడు మూడు స్థాయిల్లో ప్రభావం చూపారు. ఆధ్యాత్మికంగా బౌద్ధ ధర్మాన్ని ప్రపంచానికి పరిచయం చేశారు. చారిత్రకంగా బోధ్ గయ విమోచన ఉద్యమం ద్వారా చరిత్ర పునరుద్ధరణ చేశారు. సామాజికంగా బౌద్ధ జాతీయ చైతన్యాన్ని మేల్కొల్పారు. అనాగరిక ధర్మపాలుడు ఒక సంచార సన్యాసి, ధర్మ రక్షకుడు, చరిత్ర సంరక్షకుడు, ప్రపంచ బౌద్ధ ప్రతినిధి.

ఆయన జీవితం మనకు నేర్పేది ధర్మం కేవలం పూజలతో నిలబడదు, చైతన్యంతో నిలుస్తుంది, ఆచరణతో నిలుస్తుంది. బోధ్ గయలో వెలిగించిన ఆ దీపం ఈరోజు ప్రపంచవ్యాప్తంగా వెలుగుతోంది.

స్వామి వివేకానందుడు, అనాగారిక ధర్మపాలుడు 19 వ శతాబ్దం చివర్లో భారత శ్రీలంక ఆధ్యాత్మిక పునరుజ్జీవన ఉద్యమాలలో ప్రముఖులు. వీరిద్దరి మధ్య ప్రత్యక్ష స్నేహబంధం కంటే ఆలోచనా స్థాయిలో పరస్పర గౌరవం మరియు చారిత్రక సందర్భ సంబంధం ఎక్కువగా కనిపిస్తుంది. 1893 లో అమెరికాలో జరిగిన ప్రపంచ మత మహాసభ చికాగో సభలో ఇద్దరూ పాల్గొన్నారు. స్వామి వివేకానందుడు హిందూ ధర్మ ప్రతినిధిగా అనాగరిక ధర్మపాలుడు బౌద్ధ ధర్మ ప్రతినిధిగా ఈ సభలో ఇద్దరూ తూర్పు ఆధ్యాత్మికతను పాశ్చాత్య ప్రపంచానికి పరిచయం చేశారు. ఇది వారి సంబంధానికి ప్రధాన చారిత్రక బిందువు.

వీరిద్దరిలో కొన్ని సామ్యాలు కనిపిస్తాయి. తూర్పు ధర్మాల పునరుజ్జీవనం, పాశ్చాత్య మిషనరీ విమర్శలకు సమాధానం ఇవ్వడం, ఆధ్యాత్మికతను శాస్త్రీయంగా వివరించడం, జాతీయ గౌరవాన్ని పెంపొందించడం. వివేకానందుడు వేదాంతాన్ని ఆధునిక రూపంలో వివరించగా, ధర్మపాలుడు బౌద్ధాన్ని శాస్త్రీయ నైతిక ధర్మంగా ప్రపంచానికి పరిచయం చేశారు.

వారి దృష్టికోణంలో కొన్ని తేడాలు కూడా ఉన్నాయి, వివేకానందుడు హిందూ ఏకత్వాన్ని ప్రోత్సహించాడు. ధర్మపాలుడు బౌద్ధ ప్రత్యేకతను బలంగా ఉద్ఘాటించాడు. చరిత్రకారుల అభిప్రాయం ప్రకారం, బోధ్ గయ వంటి అంశాల్లో అభిప్రాయ భేదాలు

ఉన్నప్పటికీ, అది వ్యక్తిగత విభేదం కంటే తాత్విక చారిత్రక దృష్టికోణ భేదం మాత్రమే. వివేకానందుడు బుద్ధుడిని గౌరవంగా ప్రస్తావించేవాడు. ధర్మపాలుడు కూడా భారతదేశ ఆధ్యాత్మిక వారసత్వాన్ని గౌరవించాడు. ఇద్దరూ అహింస నైతికత మానవతా విలువలు పై దృష్టి పెట్టారు.

స్వామి వివేకానందుడు మరియు అనాగరిక ధర్మపాలుడు ఒకే కాలానికి చెందిన ఆధ్యాత్మిక పునరుజ్జీవన నాయకులు. చికాగో మతసభలో తూర్పు ధర్మాల ప్రతినిధులు. తమ తమ మతాల ఆధునిక రూపకర్తలు. వారి సంబంధం వ్యక్తిగత స్నేహం కంటే ఎక్కువగా ఆధ్యాత్మిక సమకాలీనత మరియు చారిత్రక సహచర్యంగా చూడవచ్చు.

14.గురు రింపొచే

మత ధర్మాల వికాస గాథలో కొందరు వ్యక్తులు కేవలం గురువులు కాదు, యుగప్రవక్తలు. బౌద్ధమతం భారతదేశం నుండి టిబెట్ వరకు విస్తరించడానికి కీలక పాత్ర పోషించిన మహోన్నత ఆధ్యాత్మిక శక్తి గురు రింపొచే లేదా పద్మసంభవుడు. టిబెటన్ బౌద్ధ సంప్రదాయంలో ఆయనను రెండవ బుద్ధుడుగా గౌరవిస్తారు. 'రింపొచే' అంటే 'అమూల్యమైనవాడు' అనే అర్థం.

పద్మసంభవుడి జననం గురించి ప్రాచీన గాథలు అద్భుతంగా చెబుతాయి. ఆయన ఉడ్యాన దేశంలో ప్రస్తుతం పాకిస్తాన్ ఆఫ్ఘానిస్తాన్ ప్రాంతం ఒక సరస్సులోని కమలపువ్వులో ప్రత్యక్షమయ్యాడని టిబెటన్ సంప్రదాయం చెబుతుంది. అందుకే ఆయనకు పద్మసంభవుడు అనే పేరు వచ్చింది పద్మం నుండి సంభవించినవాడు.

ఈ గాథలు కేవలం పురాణకథలు కాదు, అవి ఆయన ఆధ్యాత్మికతకు సంకేతాలు. పద్మం మురికినీటిలో పుడుతుంది కాని నిర్మలంగా వికసిస్తుంది. అలాగే మనిషి జీవితంలో ఉన్న కష్టాలు, అజ్ఞానం మధ్య జ్ఞానోదయం సాధ్యమని ఆయన జీవితం సూచిస్తుంది. పద్మసంభవుడు భారతదేశంలో మహాయాన మరియు వజ్రయాన బౌద్ధ సంప్రదాయాల్లో దీక్ష తీసుకుని గొప్ప సాధకుడిగా ఎదిగాడు. ఆయన అనేక మంది గురువుల వద్ద విద్య అభ్యసించాడు. తంత్ర, మంత్ర, యోగ సాధనల్లో అతీతమైన నైపుణ్యం సంపాదించాడు.

ఆయన జీవితం బౌద్ధ తత్త్వశాస్త్రం, ధ్యాన సాధన, మరియు అంతర్ముఖ జ్ఞాన సాధనల సమ్మేళనం. బుద్ధుని ఉపదేశాలను కాలానుగుణంగా ప్రజలకు అర్థమయ్యే రీతిలో అందించడమే ఆయన లక్ష్యం. 8 వ శతాబ్దంలో టిబెట్ రాజు త్రిసోంగ్ డెట్సెన్ బౌద్ధమతాన్ని తన రాజ్యంలో స్థాపించాలని కోరుకున్నాడు. కాని అక్కడి స్థానిక బోన్ మత సంప్రదాయాలు, భూతప్రేతాల నమ్మకాలు బౌద్ధ విస్తరణకు అడ్డుగా నిలిచాయి. అప్పుడు

భారతదేశం నుండి పద్మసంభవుడిని ఆహ్వానించారు. ఆయన టిబెట్ చేరినప్పుడు అక్కడి ప్రజల మనోభావాలు, భయాలు, సంప్రదాయాలను గమనించాడు.

టిబెటన్ గాథల ప్రకారం పద్మసంభవుడు అక్కడి దుష్టశక్తులను జయించి, వాటిని ధర్మ రక్షకులుగా మార్చాడని చెబుతారు. ఇది ఆధ్యాత్మికంగా ఒక గొప్ప సంకేతం. మనిషిలోని భయం, అహంకారం, ద్వేషం వంటి 'అంతర్గత భూతాలు' జ్ఞానంతో మార్పు చెందగలవని ఆయన బోధించాడు. పద్మసంభవుడు టిబెట్‌లో మొదటి బౌద్ధ మఠమైన సమ్యే మఠం నిర్మాణంలో కీలక పాత్ర పోషించాడు. ఇది కేవలం ఒక నిర్మాణం కాదు, అది జ్ఞాన కేంద్రం. అక్కడ అనువాదకులు భారతీయ బౌద్ధ గ్రంథాలను టిబెటన్ భాషలోకి అనువదించారు. ఈ ప్రక్రియ వల్ల బౌద్ధ తత్త్వం టిబెట్ సంస్కృతిలో లోతుగా పాతుకుపోయింది.

పద్మసంభవుడు టిబెటన్ వజ్రయాన బౌద్ధానికి మూలస్తంభంగా నిలిచాడు. వజ్రయానం అంటే 'వజ్రం లాంటి దృఢమైన మార్గం'. ఇది తంత్ర, మంత్ర, యోగ, ధ్యానం ద్వారా వేగవంతమైన ఆధ్యాత్మిక మార్గాన్ని సూచిస్తుంది. ఆయన బోధనల్లో ప్రధానంగా కనిపించే అంశాలు, గురుభక్తి, అంతర్ముఖ ధ్యానం, మనస్సు స్వరూప పరిశీలన, కరుణ మరియు జ్ఞాన సమన్వయం. పద్మసంభవుడు కేవలం ఉపదేశకుడు కాదు, శిష్యులను తయారు చేసిన గురువు. ఆయన శిష్యుల్లో యేషే సోగ్యాల్ అనే మహాసాధిక ముఖ్యురాలు. ఆమె ఆయన బోధనలను భవిష్యత్ తరాలకు అందించింది.

టిబెటన్ సంప్రదాయంలో తెర్మా అనే గూఢ గ్రంథాల పరంపర ఉంది. పద్మసంభవుడు భవిష్యత్ కాలానికి అవసరమైన బోధనలను గుప్తంగా దాచిపెట్టి, వాటిని తరువాతి యుగాల్లో వెలికితీసేలా ఏర్పాటు చేశాడని విశ్వాసం.

పద్మసంభవుడి జీవితం కేవలం టిబెట్ చరిత్ర కాదు, అది మత ధర్మాల రూపాంతరం గురించి గొప్ప అధ్యాయం. మత సంస్కరణ మార్పు ద్వారా పరిరక్షణ టిబెట్‌లో స్థానిక బోన్ సంప్రదాయాలను పూర్తిగా తిరస్కరించలేదు. వాటిని బౌద్ధ ధర్మంతో సమన్వయం చేశాడు. మతం అనేది స్థిరమైన రాయి కాదు, అది ప్రవహించే

నది. కాలానుగుణంగా మార్పు చెందుతూ, మూల సారాన్ని కాపాడుకోవాలి. అంతర్ముఖ శాస్త్రవేత్త పద్మసంభవుడు మనస్సును ఒక ప్రయోగశాలగా చూశాడు. ఆయన బోధనలు చెబుతాయి 'మనస్సే బంధనం, మనస్సే విముక్తి' ఆయన ధ్యాన విధానాలు ఆధునిక మనోవిజ్ఞాన శాస్త్రంతో పోలిస్తే ఎంతో ముందంజలో ఉన్నాయి.

భయాన్ని శక్తిగా మార్చడం ఆయన జీవితం ఒక ప్రధాన సందేశం ఇస్తుంది భయం నుండి పారిపోకూడదు, దాన్ని ఎదుర్కొని శక్తిగా మార్చాలి. టిబెటన్ చిత్రకళలో ఆయన కోపరూపంలో కనిపిస్తాడు. అది హింస కాదు అజ్ఞానాన్ని నాశనం చేసే జ్ఞానాగ్ని.

కరుణ జ్ఞాన సమతుల్యం పద్మసంభవుడి బోధనల్లో కరుణ మరియు ప్రజ్ఞ సమన్వయం ప్రధానాంశం. కరుణ లేకుండా జ్ఞానం శుష్కం, జ్ఞానం లేకుండా కరుణ అంధం. మతం అనేది భయంపై ఆధారపడకూడదు. మతం ప్రజలను విభజించకూడదు. మతం మనస్సును విముక్తి వైపు నడిపించాలి. పద్మసంభవుడు ఈ మూడు అంశాలను ఆచరణలో చూపించాడు. నేటి ప్రపంచంలో మతం తరచుగా విభేదాలకు కారణ మవుతోంది. కాని పద్మసంభవుడి జీవితం చెబుతుంది మతం అంటే ఆధ్యాత్మిక శక్తి, అంతర్గత పరివర్తన, సామాజిక సమన్వయం. ఆయన బోధనలు అంతర్ముఖత సహనం సంస్కృతుల సమన్వయం శాంతి గురు రింపొచే కేవలం ఒక మతగురువు కాదు ఒక సంస్కృతిని మార్చిన శక్తి. భారతదేశ జ్ఞాన సంపదను టిబెట్ పర్వతాల్లో స్థిరపరిచిన మహాత్ముడు.

మతం యొక్క అసలు జననం మన హృదయంలో జరుగుతుంది. అజ్ఞానం నుండి జ్ఞానానికి, భయం నుండి ధైర్యానికి, విభేదం నుండి సమన్వయానికి జరగే అంతర్గత యాత్రే నిజమైన మతధర్మ జననం.

గురు రింపొచే వ్యక్తిత్వం ఎంత విశాలమో, ఆయన బోధనల లోతు అంత అగాధం. ఆయన జీవితం చరిత్ర, పురాణం, తత్త్వం, సాధన, సంస్కరణ ఈ ఐదు ప్రవాహాల సంగమం. టిబెట్‌లో బౌద్ధమతం వేరు పాతుకు పోవడానికి కారణం కేవలం రాజాశ్రయం కాదు, అది పద్మసంభవుడి ఆధ్యాత్మిక దృఢత.

టిబెటన్ బౌద్ధంలో తొలి పంథా నింగ్మా 'ప్రాచీన సంప్రదాయం' ఇది గురు రింపొచే బోధనల ఆధారంగా ఏర్పడింది. నింగ్మా సంప్రదాయంలో ప్రధానంగా కనిపించే అంశాలు ద్జోగ్చెన్ తత్త్వం, తెర్మా, గ్రంథాలు, గురు యోగ సాధన. ద్జోగ్చెన్ అంటే మహా సంపూర్ణత. ఇది మనస్సు స్వభావాన్ని ప్రత్యక్షంగా అనుభవించడం. బుద్ధత్వం ఎక్కడో బయట కాదు, మన అంతరంగంలోనే ఉందని ఇది బోధిస్తుంది.

తెర్మా పరంపర, కాలానుగుణ ధర్మం, గురు రింపొచే ఒక ప్రత్యేకమైన ఆలోచనను ప్రవేశపెట్టాడు భవిష్యత్ కాలానికి అవసరమైన బోధనలను దాచిపెట్టడం. ఈ గూఢ బోధనలను తెర్మా అంటారు. వాటిని వెలికితీసే వారిని తెర్టోన్స్ అంటారు. ఇది ఒక గొప్ప సంస్కరణాత్మక దృష్టి. మతం కాలానికి అనుగుణంగా మారాలి. ప్రతి కాలంలో కొత్త సమస్యలు వస్తాయి. వాటికి అనుగుణంగా ధర్మ వివరణ అవసరం. మతం ఒక చరిత్ర కాదు, అది జీవంతమైన ప్రక్రియ.

గురు రింపొచే ఎనిమిది రూపాలలో దర్శనమిస్తాడని టిబెటన్ సంప్రదాయం చెబుతుంది. ప్రతి రూపం ఒక ఆధ్యాత్మిక సందేశం. గురు త్సోక్యే దొర్జే జ్ఞాన ప్రారంభం, గురు శాక్య సేంగే శాస్త్ర పాండిత్యం, గురు లోడెన్ చోక్సే విద్యా సంపన్నుడు, గురు పేమ గ్యాల్పో రాజసత్తా, గురు న్యిమ ఓజెర్ జ్ఞాన కాంతి, గురు సేంగే డ్రాడోగ్ ధర్మ రక్షక శక్తి, గురు పేమ జుంగ్నే పద్మసంభవుడు, గురు దొర్జే డ్రోలో అజ్ఞాన వినాశక రూపం, ఈ రూపాలు మనిషి ఆత్మీయ యాత్రలోని దశలను సూచిస్తాయి.

స్త్రీ శక్తి యేషే సోగ్యాల్, గురు రింపొచే జీవితంలో అత్యంత ముఖ్యమైన వ్యక్తి యేషే సోగ్యాల్. ఆమె ఒక రాజకుమారి. తరువాత మహాసాధిక. ఆమె పాత్ర మూడు విధాలుగా ముఖ్యమైనది. శిష్యురాలు, సహచర సాధిక, బోధనల పరిరక్షకురాలు, ఇది టిబెటన్ బౌద్ధంలో స్త్రీ శక్తికి ఉన్న గౌరవాన్ని సూచిస్తుంది. ధర్మం లింగభేదం చూడదు.

వజ్రయాన శీఘ్ర మార్గం వజ్రయానాన్ని పద్మసంభవుడు టిబెట్‌లో బలపరిచాడు. మంత్ర, ముద్ర, మండల, గురు యోగ, దేవత ధ్యానం. ఇది ప్రతికూల

భావాలను అణచి వేయదు, వాటిని జ్ఞానంగా మార్చుతుంది. కోపం దృఢ సంకల్పంగా అసూయ స్పష్ట దృష్టిగా, అహంకారం సమత్వంగా మారుతుంది.

హిమాలయ శిఖరాలపై ధర్మ దీపాన్ని వెలిగించిన మహానుభావుడు గురు రింపొచే. భారత జ్ఞాన సంపదను టిబెట్ హృదయంలో స్థాపించిన యుగప్రవక్త. ధర్మం ఒక భౌతిక నిర్మాణం కాదు అది మనస్సు మార్పు.

15. టిబెటన్ బౌద్ధం

మత ధర్మాల చరిత్రలో టిబెటన్ బౌద్ధం ఒక అద్భుతమైన అధ్యాయం. ఇది కేవలం ఒక మత విస్తరణ కాదు, అది సంస్కృతి, తత్త్వం, రాజకీయ శక్తి, ఆధ్యాత్మిక సాధన ఈ నాలుగు ప్రవాహాల సంగమం. భారతదేశంలో పుట్టిన బౌద్ధం, హిమాలయ పర్వతాలను దాటి టిబెట్‌లో కొత్త రూపాన్ని సంతరించుకుంది.

బౌద్ధమతం గౌతమ బుద్ధుని ఉపదేశాలతో క్రీ.పూ. ఆరవ శతాబ్దంలో భారతదేశంలో ఆరంభమైంది. మహాయాన, వజ్రయాన వంటి పంథాలు తరువాతి శతాబ్దాల్లో అభివృద్ధి చెందాయి. వజ్రయానం ముఖ్యంగా ఉత్తర భారతదేశం, నలందా, విక్రమశిలా వంటి మహావిహారాల్లో అభివృద్ధి చెందింది. నాగార్జున, అసంగ, వసుబంధు వంటి తత్త్వవేత్తలు బౌద్ధ తత్త్వాన్ని లోతుగా అభివృద్ధి చేశారు. టిబెట్‌కు చేరిన బౌద్ధం ఈ మహాయాన వజ్రయాన సంప్రదాయాల సమ్మేళనం.

బౌద్ధం రాకముందు టిబెట్‌లో బోన్ మతం ప్రధానంగా ఉండేది. బోన్ సంప్రదాయం ప్రకృతి ఆరాధన, శామనిజం, పర్వతాలు నదుల పూజ, ఆత్మల విశ్వాసం వంటి అంశాలతో నిండి ఉండేది. టిబెట్ భౌగోళికంగా వేరుపడిన ప్రాంతం. అక్కడి ప్రజలు యోధ స్వభావం కలిగినవారు. అందువల్ల బౌద్ధం అక్కడ స్థిరపడటానికి ప్రత్యేక సంస్కరణాత్మక దృష్టి అవసరం అయ్యింది.

ఏడవ శతాబ్దంలో టిబెట్ రాజు సాంగ్ట్సెన్ గాంపో బౌద్ధమతానికి తొలి ప్రోత్సాహకుడు. అతను నేపాల్, చైనా రాజకుమార్తెలను వివాహం చేసుకున్నాడు. వారు బౌద్ధమతాన్ని టిబెట్‌కు తీసుకువచ్చారు. లాసాలో జోఖాంగ్ దేవాలయం నిర్మించబడింది. ఇది బౌద్ధానికి తొలి విత్తనం.

ఎనిమిదవ శతాబ్దంలో రాజు త్రిసోంగ్ డెట్సెన్ బౌద్ధాన్ని అధికారిక మతంగా ప్రకటించాడు. అతను భారతదేశం నుండి శాంతరక్షితుడు మరియు పద్మసంభవుడిని

ఆహ్వానించాడు. శాంతరక్షితుడు, తత్త్వవేత్త, మఠ వ్యవస్థ స్థాపకుడు, పద్మసంభవుడు, వజ్రయాన గురువు, స్థానిక విశ్వాసాలను ధర్మంలో విలీనం చేసిన సంస్కర్త. టిబెట్‌లో తొలి బౌద్ధ మఠం సమ్యే. ఇది భారతీయ నలందా మఠ నమూనాలో నిర్మించబడింది. గ్రంథాల అనువాదం భారతీయ సంస్కృత గ్రంథాలు టిబెటన్ భాషలోకి అనువదించబడ్డాయి. ఈ అనువాద ఉద్యమం టిబెటన్ సంస్కృతికి పునాది వేసింది.

మొదటి సంక్షోభం తొమ్మిదవ శతాబ్దంలో రాజు లాంగ్‌దర్మా బౌద్ధానికి వ్యతిరేకంగా చర్యలు తీసుకున్నాడు. మఠాలు ధ్వంసమయ్యాయి. సన్యాసులు పారిపోయారు. ఇది టిబెటన్ బౌద్ధానికి తొలి పెద్ద సంక్షోభం.

రెండవ విస్తరణ 10–11 వ శతాబ్దం ఈ కాలంలో భారతదేశం నుండి తిరిగి గురువులు టిబెట్‌కు వెళ్లారు. ప్రధానులు అతీశ దీపంకర, మార్పా, మిలారేపా, అతీశ, ధర్మాన్ని పునరుద్ధరించాడు. నైతిక నియమాలను బలపరిచాడు. మార్పా భారతదేశంలో నరోపా వద్ద విద్యాభ్యాసం చేశాడు. మిలారేపా గొప్ప యోగి. కాగ్యూ సంప్రదాయం ధ్యాన సాధన, గురు శిష్య పరంపరకు ప్రాధాన్యం ఇచ్చింది.

సాక్య పంథా మంగోలుల సహకారంతో రాజకీయ శక్తి పొందింది. ధర్మం మరియు రాజకీయ శక్తి కలయిక మొదలైంది. పద్నాల్గవ శతాబ్దంలో త్సోంగ్ఖాపా గెలుగ్ పంథాను స్థాపించాడు. క్రమశిక్షణ, తత్త్వవిచారణ, మఠ వ్యవస్థ బలపరిచాడు. ఇక్కడి నుండి దలైలామా వ్యవస్థ ఆవిర్భవించింది.

అతీశ ధర్మాన్ని సన్యాస నియమాలతో బలపరిచాడు. భక్తి కంటే నైతిక జీవనాన్ని ప్రాధాన్యం ఇచ్చాడు. త్సోంగ్ఖాపా సంస్కరణలు గెలుగ్ పంథా క్రమశిక్షణను కఠినంగా అమలు చేసింది. శాస్త్ర అధ్యయనానికి ప్రాముఖ్యత ఇచ్చింది.

దలైలామా రాజకీయ, ఆధ్యాత్మిక నాయకుడిగా ఎదిగాడు. ఇది ధర్మం రాజకీయాల సమ్మేళనం. టిబెటన్ బౌద్ధ చరిత్రలో అత్యంత ప్రభావవంతమైన వ్యవస్థలలో ఒకటి దలైలామా వ్యవస్థ. ఇది కేవలం ఆధ్యాత్మిక గురుత్వం మాత్రమే కాదు, శతాబ్దాల పాటు టిబెట్ రాజకీయ వ్యవస్థకు కేంద్రబిందువుగా నిలిచిన ప్రత్యేక నమూనా.

మతం మరియు రాజకీయం కలిసినప్పుడు ఏమి జరుగుతుంది? ఆ కలయిక శక్తివంతమైన సంస్కరణలకు దారి తీస్తుందా లేక విభేదాల వైపుకా?

దలై అనే పదం మంగోలియన్ భాషలో సముద్రం అని అర్థం. లామా అంటే గురువు. దలైలామా అంటే సముద్రంలాంటి అపార జ్ఞానం కలిగిన గురువు. ఈ బిరుదు మొదట 16 వ శతాబ్దంలో మంగోల్ నాయకుడు ఆల్తాన్ ఖాన్ ఇచ్చాడు. ఈ బిరుదును వెనుకకు వర్తింపజేసి మొదటి ఇద్దరు గురువులను కూడా దలైలామాలుగా గుర్తించారు.

టిబెటన్ బౌద్ధంలో ఒక ప్రత్యేకమైన భావన తుల్కు వ్యవస్థ. ఒక మహాగురువు మరణించిన తర్వాత తిరిగి పుట్టి ప్రజలను మార్గనిర్దేశం చేస్తాడనే విశ్వాసం. దలైలామా వ్యవస్థ ఈ తుల్కు సంప్రదాయంపై ఆధారపడింది. దలైలామా మరణించిన తర్వాత, చిన్నారి రూపంలో అతని పునర్జన్మను అన్వేషిస్తారు. ఈ ప్రక్రియలో సంకేతాలు, దర్శనాలు, పరీక్షలు, పూర్వజన్మ వస్తువుల గుర్తింపు. ఇవి ఉపయోగిస్తారు.

17 వ శతాబ్దంలో ఐదవ దలైలామా లోబ్సాంగ్ గ్యాట్సో టిబెట్ రాజకీయ అధికారాన్ని పొందాడు. మంగోల్ నాయకుడు గుష్రీ ఖాన్ మద్దతుతో టిబెట్‌ను ఏకం చేశాడు. ప్రధాన కృషి పోటాలా ప్యాలెస్ నిర్మాణం, మత వ్యవస్థ బలపరచడం, విదేశీ సంబంధాల విస్తరణ. ఇక్కడి నుండి దలైలామా టిబెట్ ఆధ్యాత్మిక రాజకీయ నాయకుడిగా మారాడు.

మతం మరియు రాజకీయాలు ఒకే కేంద్రంలో కలిశాయి. ఆధ్యాత్మికతతో ప్రారంభమై రాజకీయ శక్తిగా పరిణమించింది. ఇది ఒక వినూత్న నమూనా మతాధికారంపై ఆధారపడిన రాజ్య పాలన. కాని అదే సమయంలో విభజన విత్తనాలు కూడా అందులో ఇమిడి ఉన్నాయి.

దలైలామా వ్యవస్థ మనకు మూడు పాఠాలు చెబుతుంది మతం శక్తివంతమైన నైతిక మార్గదర్శి కావచ్చు. రాజకీయ అధికారంతో కలిసినప్పుడు సంక్షోభాలు రావచ్చు. ఆధ్యాత్మికత ప్రపంచవ్యాప్తంగా సరిహద్దులు దాటగలదు.

16. క్రైస్తవ మతం

ప్రపంచంలో అత్యధిక అనుచరులు కలిగిన మతంగా ఇది ఎదిగింది. యూద మతపు పునాదులపై పుట్టి, రోమన్ సామ్రాజ్యాన్ని దాటి, యూరప్, ఆఫ్రికా, ఆసియా, అమెరికా ఖండాలకు విస్తరించిన మహత్తర మత ప్రవాహం క్రైస్తవ మతం.

క్రైస్తవ మతం మూలాలు యూద మతంలో ఉన్నాయి. యూదులు ఒకే దేవుని ఆరాధించే ఏకదైవ మతస్థులు. వారి పవిత్ర గ్రంథం తానాఖ్ పాత నిబంధన. యూదులలో ఒక ముఖ్య విశ్వాసం మషీహా వస్తాడు దేవుని అభిషిక్తుడు, విమోచకుడు. రోమన్ పాలనలో బాధపడుతున్న యూదులకు విముక్తి ఆశగా ఈ మషీహా భావన బలపడింది.

క్రీ.పూ. 4 ప్రాంతంలో బెత్లెహేమ్‌లో యేసు జన్మించినట్లు సాంప్రదాయ విశ్వాసం. ఆయన తల్లి మరియ, తండ్రి యోసేపు. యేసు ప్రధాన బోధనలు ప్రేమ, క్షమ, వినయం, దేవుని రాజ్యం. ఆయన ఉపమానాల ద్వారా బోధించాడు. సమాజంలో తక్కువ వర్గాల వారికి సానుభూతి చూపించాడు.

యేసు బోధనలు యూద మతపెద్దలు మరియు రోమన్ అధికారులను అసంతృప్తి పరిచాయి. ఆయనను క్రీ.శ. 30 ప్రాంతంలో శిలువ వేయించారు. క్రైస్తవ విశ్వాసం ప్రకారం ఆయన మూడవ రోజున పునరుత్థానమయ్యాడు. ఈ సంఘటన క్రైస్తవ మతానికి మూలస్తంభం.

అపోస్తలుల యుగం, యేసు శిష్యులు పేతురు, యోహాను, యాకోబు, పౌలు క్రైస్తవ మతాన్ని వ్యాపింప జేశారు. పౌలు యూదులకు మాత్రమే కాదు, అన్యజనులకు కూడా సువార్త ప్రకటించాడు. క్రైస్తవ మతాన్ని యూద మతం నుండి స్వతంత్ర మార్గంలో నడిపించాడు.

మొదటి మూడు శతాబ్దాల్లో క్రైస్తవులు తీవ్ర హింసను ఎదుర్కొన్నారు. నీరో, డియోక్లీషియన్ వంటి చక్రవర్తులు హింసించారు. కాని శహీదుల ధైర్యం క్రైస్తవ విశ్వాసాన్ని బలపరిచింది.

క్రీ.శ. 313 లో కాన్స్టాంటైన్ మిలాన్ ఆజ్ఞ ద్వారా క్రైస్తవ మతానికి స్వేచ్ఛ ఇచ్చాడు. క్రీ.శ. 380 లో థియోడోసియస్ క్రైస్తవ మతాన్ని రోమన్ సామ్రాజ్య అధికారిక మతంగా ప్రకటించాడు. ఇది చరిత్రలో గొప్ప మలుపు.

చర్చ్ వ్యవస్థ అభివృద్ధి, బిషప్‌లు, పేట్రియార్క్‌లు, పోప్ వ్యవస్థ. రోమ్, కాన్స్టాంటినోపుల్, అలెగ్జాండ్రియా వంటి కేంద్రాలు ఏర్పడ్డాయి.

నైసియా 325, కాన్స్టాంటినోపుల్ 381, ఎఫెసస్ 431 వంటి సమావేశాలు త్రిత్వ సిద్ధాంతం, క్రీస్తు స్వభావం విషయాలను నిర్ణయించాయి.

రోమన్ సామ్రాజ్యం పతనం తర్వాత చర్చ్ యూరప్‌లో ప్రధాన శక్తిగా మారింది. సన్యాస ఆశ్రమాలు విద్య, వైద్యం, సంస్కృతి పరిరక్షణలో కీలక పాత్ర పోషించాయి.

క్రైస్తవ మతం ఒక చిన్న యూద ఉద్యమంగా ప్రారంభమై, రోమన్ సామ్రాజ్యాన్ని దాటి ప్రపంచ మతంగా ఎదిగింది. హింస, శహీదత్వం, రాజకీయ మద్దతు ఇవన్నీ కలిసి దీన్ని విస్తరించాయి. అదే సమయంలో విభజన విత్తనాలు కూడా మొలకెత్తాయి.

తూర్పు పడమర విభజన 1054. కారణాలు, పోప్ అధికారం, ఫిలియోక్ సిద్ధాంతం, భాషా, సంస్కృతి భేదాలు 1054 లో గ్రేట్ స్కిజం జరిగింది. రెండు ప్రధాన పంథాలు రోమన్ కాథలిక్, ఈస్టర్న్ ఆర్థోడాక్స్.

చర్చ్ రాజకీయ శక్తిగా మారింది. ఇన్క్విజిషన్, క్రూసేడ్స్, పాపల్ అధికారం, అధికారం పెరిగిన కొద్దీ విమర్శలు పెరిగాయి. ప్రొటెస్టెంట్ సంస్కరణ 16 వ శతాబ్దం, మార్టిన్ లూథర్ 1517 లో 95 థీసిస్ ప్రకటించాడు. ఇండల్జెన్సెస్ వ్యతిరేకించాడు. 'విశ్వాసమే రక్షణకు మార్గం' అన్నాడు. జాన్ కాల్విన్, జ్వింగ్లీ, ప్రొటెస్టెంట్ పంథాలు ఏర్పడ్డాయి.

క్రైస్తవ మతంలో ప్రధాన విభాగాలు రోమన్ కాథలిక్, ఆర్థోడాక్స్, ప్రొటెస్టెంట్. ప్రొటెస్టెంట్ లోపలే లూథరన్, కాల్వినిస్ట్, ఆంగ్లికన్, బాప్టిస్ట్, మెథడిస్ట్, విభజనకు కారణాలు సిద్ధాంత భేదాలు, రాజకీయ ప్రభావం, సంస్కరణ ఆవశ్యకత.

యూరప్‌లో సెక్యులరిజం పెరిగింది. శాస్త్ర విప్లవం, బౌద్ధికోదయం మత ప్రభావాన్ని తగ్గించాయి. చర్చ్ ప్రభావం తగ్గినా, క్రైస్తవ మతం ప్రపంచవ్యాప్తంగా విస్తరించింది. యూరోపియన్ శక్తులు అమెరికా, ఆఫ్రికా, ఆసియాలో క్రైస్తవ మతాన్ని వ్యాప్తి చేశాయి. మిషనరీ ఉద్యమాలు విద్య, ఆరోగ్యం రంగాల్లో సేవలందించాయి.

క్రైస్తవ మత చరిత్ర మూడు దశలు చూపిస్తుంది. మతం అధికారంతో కలిసినప్పుడు విభజన అనివార్యం. సంస్కరణల ద్వారా పునరుద్ధరణ కూడా సాధ్యం.

క్రైస్తవ మతం ఒక చిన్న యూద ఉద్యమంగా ప్రారంభమై ప్రపంచ మతంగా ఎదిగింది. విభజనలు వచ్చినా, దాని ప్రధాన సందేశం ప్రేమ, క్షమ, సేవ ఇంకా నిలిచే ఉన్నాయి. ధర్మం జీవించి ఉండాలంటే సంస్కరణ అవసరం. అధికార దుర్వినియోగం పతనానికి దారి తీస్తుంది. సత్యాన్వేషణే మతాన్ని నిలబెడుతుంది. క్రైస్తవ మత చరిత్ర మనకు ఒక గొప్ప పాఠాన్ని నేర్పుతుంది. ఏ మతమైనా కాలానుగుణంగా మార్పులకు లోనవుతుంది. ఐక్యత, సత్యాన్వేషణ, నైతికత అనే విలువలు నిలిచినంతకాలం అది జీవిస్తుంది.

17. కపిలుడు

భారతీయ తత్త్వశాస్త్ర చరిత్రలో కొన్ని వ్యక్తులు కాలాన్ని మలిచినవారు. వారు కేవలం మతప్రవక్తలు కాదు, ఆలోచనల నిర్మాణకర్తలు. అలాంటి మహనీయులలో అత్యంత ప్రాచీనుడు, అత్యంత ప్రభావవంతుడు కపిలుడు. కపిలుడు ఒక మత సంస్థాపకుడు కాదు, పూజాపద్ధతి ప్రచారకుడు కూడా కాదు. అతనొక విశ్లేషకుడు, తత్త్వవేత్త, మానసిక శాస్త్రజ్ఞుడు.

కపిలుని కాలం క్రీ.పూ. 8-6 వ శతాబ్దాల మధ్యగా భావించబడుతుంది. ఈ కాలం భారతీయ ఆలోచనా చరిత్రలో ఒక సంధికాలం. వేదాలు ఇప్పటికే స్థిరపడ్డాయి. బ్రాహ్మణ గ్రంథాలు యజ్ఞకర్మకాండాన్ని బలపరిచాయి. ఉపనిషత్తులు ఆత్మ బ్రహ్మ తత్త్వాన్ని ప్రతిపాదించాయి. ఈ నేపథ్యంలో ఒక కొత్త ప్రశ్న ఉదయించింది 'సృష్టి ఎలా ఉద్భవించింది, దుఃఖానికి మూలం ఏమిటి, మోక్షం అంటే ఏమిటి?' ఈ ప్రశ్నలకు యజ్ఞకర్మల ద్వారా సమాధానం ఇవ్వలేకపోయిన కాలంలో కపిలుడు తార్కిక దృష్టితో సమాధానం ఇచ్చాడు.

సాంఖ్య దర్శనం విశ్లేషణాత్మక విప్లవం, సాంఖ్య అనే పదం సంఖ్య అనే మూలం నుండి వచ్చింది. అంటే గణన, విభజన, విశ్లేషణ. ఇది భారతీయ తత్త్వంలో అత్యంత వ్యవస్థీకృతమైన దర్శనాలలో ఒకటి. సాంఖ్య దర్శనం యొక్క మూల భావం ప్రపంచం రెండు నిత్య సత్యాల ఆధారంగా నడుస్తుంది ప్రకృతి మరియు పురుషుడు.

ద్వైత తత్త్వ నిర్మాణం, ప్రకృతి. ప్రకృతి అనేది మూల కారణం. ఇది అచేతన, కాని శక్తిమంతం. ప్రకృతి మూడు గుణాల సమన్వయం సత్త్వం, రజస్సు, తమస్సు. ఈ మూడు గుణాల సమతుల్యత భంగపడితే సృష్టి ప్రారంభమవుతుంది.

పురుషుడు శుద్ధ చైతన్యం. అతడు కర్త కాదు, భోక్తా కాదు, కేవలం సాక్షి. సాంఖ్య ప్రకారం అనేక పురుషులు ఉన్నారు. ప్రతి జీవిలో వేరువేరు పురుష చైతన్యం ఉంది.

సాంఖ్య దర్శనం ప్రపంచాన్ని 25 తత్త్వాలుగా విభజిస్తుంది. ఇది ఒక గొప్ప మానసిక పటము. మూలప్రకృతి, మహత్ బుద్ధి, అహంకార. అహంకారం మూడు విధాలుగా వ్యక్తమవుతుంది. సాత్విక అహంకారం నుండి జ్ఞానేంద్రియాలు మరియు మనస్సు ఉద్భవిస్తాయి. రాజస అహంకారం నుండి కర్మేంద్రియాలు ఉద్భవిస్తాయి. తామస అహంకారం నుండి తన్మాత్రలు ఉద్భవించి, వాటి ద్వారా పంచ మహాభూతాలు అవతరిస్తాయి.

ఇలా అహంకారం త్రిగుణ స్వభావంతో సృష్టి వికాసానికి మూలాధారంగా నిలుస్తుంది. ఇది సృష్టి వికాస క్రమం. ఇక్కడ దేవుడి అవసరం లేదు. ప్రకృతి స్వయంగా వికసిస్తుంది. ఇది ఆ కాలంలో ఒక విప్లవాత్మక ఆలోచన.

దుఃఖత్రయం, కపిలుడు జీవనాన్ని ఒక సత్యంతో ప్రారంభిస్తాడు, జీవితం దుఃఖమయం. దుఃఖం మూడు రకాలుగా ఉంటుంది ఆధిభౌతిక, ఆధిదైవిక, ఆధ్యాత్మిక. మోక్షం అంటే దుఃఖనివృత్తి. దాని మార్గం వివేకజ్ఞానం.

మోక్ష సిద్ధాంతం, మోక్షం అనేది ప్రకృతితో అసంగతత తెలుసుకోవడం. పురుషుడు తనను ప్రకృతితో ఐక్యంగా భావించడం వల్లే బంధనం. వివేకజ్ఞానం వచ్చినపుడు అహంకారం క్షీణిస్తుంది, బంధనం తొలగుతుంది, పురుషుడు స్వరూపస్థితి పొందుతాడు. ఇదే కైవల్యం.

యోగ దర్శనంపై ప్రభావం, పతంజలి రచించిన యోగసూత్రాలు సాంఖ్య తత్త్వానికి ఆధారంగా ఉన్నాయి. యోగం సాంఖ్య నిర్మాణాన్ని స్వీకరించి, ఈశ్వర సిద్ధాంతాన్ని చేర్చింది. అందువల్ల సాంఖ్య యోగ ద్వంద్వం భారతీయ తత్త్వంలో ఒక బలమైన జంట.

దుఃఖ సిద్ధాంతం, గుణ తత్త్వం, తత్త్వ విశ్లేషణ. ఇవి బౌద్ధం, జైనంలో ప్రతిఫలించాయి. బౌద్ధంలో అనాత్మ సిద్ధాంతం వచ్చినా, దుఃఖనివృత్తి లక్ష్యం సాంఖ్యతో పోలి ఉంటుంది.

సాంఖ్య శాస్త్రీయ దృష్టి, సాంఖ్యలో పరిశీలన, విశ్లేషణ, కారణ కార్య సంబంధం ఉన్నాయి. ఇది ఒక మానసిక శాస్త్ర నిర్మాణం. వేదాంతం ప్రకారం బ్రహ్మమే పరమసత్యం, ద్వైతం మాయ. అందువల్ల సాంఖ్య ద్వైతాన్ని వారు అంగీకరించలేదు. బౌద్ధం శాశ్వత పురుష సిద్ధాంతాన్ని తిరస్కరించింది. అయినా సాంఖ్య భారతీయ తత్త్వంలో పునాది దర్శనం.

ఆధునిక మనోవిజ్ఞానం, జ్ఞాన సంబంధ శాస్త్రం, గుణాల సిద్ధాంతం ఇవన్నీ సాంఖ్య భావనలతో పోల్చవచ్చు. సత్వం నుండి సమతుల్యత, రజస్సు నుండి చురుకుదనం, తమస్సు నుండి జడత్వం. ఇవి మానసిక గుణాలుగా చూడవచ్చు.

కపిలుడు మతాన్ని తర్కానికి లోబరచాడు. ఆచారాలను కాదు అనుభవాన్ని విశ్లేషించాడు. అతని గొప్పతనం దేవుని ఆధారపడకుండా తత్త్వ నిర్మాణం, మానసిక నిర్మాణానికి శాస్త్రీయ వివరణ, విముక్తిని జ్ఞానంతో అనుసంధానం.

కపిలుడు చూపించిన దారి మతం కేవలం భక్తి కాదు, మతం ఒక తత్త్వ విచారణ. సాంఖ్య దర్శనం మతాన్ని శాస్త్రీయంగా అర్థం చేసుకోవడానికి మార్గం చూపింది. కపిలుడు ఒక యుగ నిర్మాత. అతని ఆలోచనలు భారతీయ తత్త్వానికి పునాది.

ప్రకృతి పురుష ద్వైతం ద్వారా దుఃఖనివృత్తి మార్గం చూపిన మహర్షి. అతని సాంఖ్య దర్శనం లేకపోతే, భారతీయ తత్త్వ చరిత్ర అసంపూర్ణం.

18. కణాదుడు

భారతీయ తత్త్వశాస్త్ర చరిత్రలో మనం ఎక్కువగా ఆత్మ, బ్రహ్మ, మోక్షం, దుఃఖనివృత్తి వంటి అంశాలనే చూస్తాం. కాని ఈ ఆధ్యాత్మిక ప్రవాహం మధ్యలో ఒక అసాధారణమైన భౌతిక శాస్త్రీయ దృష్టి కూడా వికసించింది. భారతీయ అణు సిద్ధాంత పితామహుడు ఆ దృష్టికి మూలకర్త కణాదుడు.

కణాదుడు ప్రపంచాన్ని దేవతల కథల ద్వారా కాకుండా, పదార్థాల నిర్మాణం ద్వారా అర్థం చేసుకోవాలనుకున్నాడు. అతని దర్శనం వైశేషికం భారతీయ విజ్ఞాన తత్త్వానికి ఒక గొప్ప పునాది.

కణాదుని కాలం క్రీ.పూ. ఆరవ శతాబ్దం ప్రాంతమని పండితుల అంచనా. ఇదే కాలంలో బౌద్ధం వికసించింది, జైనం అభివృద్ధి చెందింది, ఉపనిషత్తుల ఆత్మవాదం బలపడింది. ఈ ఆధ్యాత్మిక వాతావరణంలో కణాదుడు 'పదార్థం ఏమిటి?' అనే ప్రశ్నను లేవనెత్తాడు. అతని గ్రంథం వైశేషిక సూత్రాలు అత్యంత సంక్షిప్తమైనా, లోతైన తత్త్వగ్రంథం.

కణాద అనే పేరు 'కణం' అంటే అణువు. 'అద' అంటే భక్షించేవాడు లేదా పరిశీలించేవాడు. పురాణ కథనాల ప్రకారం కణాదుడు భూమిపై పడిన ధాన్యకణాలను ఏరుకొని జీవించేవాడు. కాని తత్త్వార్థంలో చూస్తే అతడు 'కణాలను పరిశీలించినవాడు'.

వైశేషిక దర్శన లక్ష్యం, వైశేషిక దర్శనం ప్రధానంగా పదార్థ స్వభావాన్ని తెలుసుకోవడం ద్వారా సత్యాన్ని గ్రహించడం. ఇది మోక్షం గురించి కూడా మాట్లాడుతుంది, కాని దాని దృష్టి ప్రధానంగా భౌతిక ప్రపంచ నిర్మాణంపై ఉంటుంది.

పదార్థాల విభజన సప్త పదార్థాలు, కణాదుడు ప్రపంచాన్ని ఏడు ప్రధాన పదార్థాలుగా విభజించాడు ద్రవ్య, గుణ, కర్మ, సామాన్య, విశేష, సమవాయ, అభావ. ఇది ఒక విశ్లేషణాత్మక వర్గీకరణ పద్ధతి.

ద్రవ్య సిద్ధాంతం, వైశేషికం ప్రకారం తొమ్మిది ద్రవ్యాలు ఉన్నాయి భూమి, ఆప జలం, తేజసు, వాయువు, ఆకాశం, కాలం, దిక్కు, ఆత్మ, మనస్సు. ఇందులో మొదటి నాలుగు అణువులతో నిర్మితమైనవి.

అణు సిద్ధాంతం, కణాదుడు గొప్పతనం , అతని అణు సిద్ధాంతం. ప్రధాన భావాలు అణువు పరమాణు శాశ్వతం, అది అవిభాజ్యం, రెండు అణువులు ద్వ్యణుకం, మూడు త్ర్యణుకం, కలయికల ద్వారా స్థూల పదార్థం. ఇది ఆధునిక అణు సిద్ధాంతానికి పూర్వగామి ఆలోచనగా పరిగణించబడుతుంది.

గుణాలు, గుణాలు ద్రవ్యానికి ఆధారపడిన లక్షణాలు. రంగు, రుచి, వాసన, స్పర్శ, సంఖ్య, పరిమాణం. ద్రవ్యంలేకుండా గుణం ఉండదు.

కర్మ అంటే చలనం. ఉత్క్షేపణ పైకి, అవక్షేపణ కిందికి, ఆకుఞ్చనం, ప్రసరణ, గమనం. ప్రపంచం కేవలం స్థిరంగా లేదు అది చలనమయం.

సామాన్య విశేష, సామాన్య అంటే సాధారణత్వం. విశేష అంటే ప్రత్యేకత్వం. 'గోవు' అనే సామాన్య భావం, ఒక ప్రత్యేక గోవు విశేషం. ఇది వర్గీకరణ శాస్త్రానికి మూలం. సమవాయ అంటే విడదీయలేని సంబంధం. వస్త్రంలో దారాలు, పదార్థంలో గుణం. ఈ భావన భారతీయ తత్త్వంలో అత్యంత సూక్ష్మమైనది.

అభావ సిద్ధాంతం. అభావం అంటే లేమి. ప్రాగభావ, ప్రధ్వంసాభావ, అత్యంతాభావ, అన్యోన్యాభావ, లేమి కూడా ఒక తత్త్వ వర్గం అని కనాదుడు పేర్కొన్నాడు. ఇది అత్యంత తార్కిక ఆలోచన. కారణ కార్య సిద్ధాంతం, ప్రతి కార్యానికి కారణం అవసరం. అణువుల కలయిక వల్ల స్థూల పదార్థం ఉద్భవిస్తుంది. సృష్టి యాదృచ్ఛికం కాదు.

న్యాయ వైశేషిక సమన్వయం, తరువాత వైశేషికం న్యాయ దర్శనంతో కలిసింది. న్యాయ దర్శన స్థాపకుడు గౌతముడు. ఈ రెండు కలిసి ప్రమాణ సిద్ధాంతం, తర్కశాస్త్రం, వాద విధానం అభివృద్ధి చేశాయి.

దేవుని స్థానం, ప్రారంభ వైశేషికంలో దేవుని స్పష్టమైన ప్రస్తావన లేదు. తరువాత న్యాయ వైశేషిక సంప్రదాయంలో ఈశ్వర సిద్ధాంతం చేర్చబడింది. అయినా సృష్టి నిర్మాణంలో అణువులే ప్రధాన కారణం.

శాస్త్రీయ దృష్టి, కణాదుడు, పరిశీలన, వర్గీకరణ, కారణ విశ్లేషణ వంటి శాస్త్రీయ పద్ధతులను ఉపయోగించాడు. అతని దర్శనం ప్రకృతి శాస్త్రానికి దగ్గరగా ఉంటుంది. ఆధునిక విజ్ఞానంతో పోలిక, ఆధునిక భౌతిక శాస్త్రం అణువులు, ఉపఅణువులు, క్వాంటం స్థాయి వంటి భావనలు ప్రతిపాదించింది. కణాదుని పరమాణు భావన పూర్తిగా శాస్త్రీయంగా నిరూపితమైందని చెప్పలేము, కాని ఆలోచనా దిశ చాలా సమీపంగా ఉంది.

వేదాంతం ప్రకారం బ్రహ్మమే పరమసత్యం, పదార్థం మాయ. అందువల్ల వైశేషికం భౌతిక దృష్టిని పరిమితంగా భావించింది. బౌద్ధం శాశ్వత అణు సిద్ధాంతాన్ని అంగీకరించలేదు. అయినా వైశేషికం భారతీయ విజ్ఞాన తత్త్వానికి పునాది. మోక్ష సిద్ధాంతం, వైశేషికం ప్రకారం సత్య జ్ఞానం ద్వారా, ఆత్మ తన స్వరూపాన్ని గ్రహిస్తుంది. అజ్ఞానం తొలగితే మోక్షం.

కణాదుడు మనకు ఒక గొప్ప పాఠం చెబుతాడు మతం కేవలం ఆధ్యాత్మిక అనుభూతి కాదు. అది ప్రకృతి విశ్లేషణ కూడా. భారతీయ చింతనలో శాస్త్రీయ దృష్టి ఉన్నదని కణాదుడు నిరూపించాడు.

కణాదుడు అణు సిద్ధాంత పితామహుడు, వర్గీకరణ శాస్త్ర స్థాపకుడు, తర్క విజ్ఞాన దార్శనికుడు. అతని వైశేషిక దర్శనం లేకపోతే, భారతీయ తత్త్వంలో భౌతిక విశ్లేషణ అసంపూర్ణం.

19. పాయాసి

భారతీయ తత్త్వచరిత్రను ఒకే రంగుతో చిత్రించలేము. అది కేవలం భక్తి, ఆత్మ, బ్రహ్మ, మోక్షం వంటి ఆధ్యాత్మిక పదాలతో మాత్రమే నిండిపోలేదు. దాని లోతుల్లో ప్రశ్నించే స్వరం ఉంది. సవాలు చేసే దృష్టి ఉంది. అనుమానించే ధైర్యం ఉంది. ఆ ధైర్యానికి ప్రతీకగా నిలిచిన వ్యక్తి పాయాసి.

పాయాసి ఒక మతస్థాపకుడు కాదు. ఒక కొత్త దర్శనాన్ని వ్యవస్థీకరించిన మహర్షి కూడా కాదు. కాని అతను భారతీయ చింతనలో అత్యంత ముఖ్యమైన పాత్ర పోషించాడు ఎందుకంటే అతను ప్రశ్నించాడు.

పాయాసి గురించి లభించే ప్రధాన గ్రంథం పాయాసి సుత్త. ఇది పాళీ బౌద్ధ గ్రంథసంపుటమైన 'దీఘ నికాయ' లో భాగం. ఈ సుత్తంలో పాయాసి అనే రాజకుమారుడు ఆత్మ, పరలోకం, పుణ్యపాపాలు, కర్మఫలం వంటి సిద్ధాంతాలను తిరస్కరిస్తాడు. అతని వాదనలకు ప్రతివాదిగా బౌద్ధ భిక్షువు కుమార కశ్యపుడు నిలుస్తాడు. ఈ సంభాషణ భారతీయ తర్కపద్ధతిలో ఒక మైలురాయి.

పాయాసి కోశల దేశానికి చెందిన రాజకుమారుడని గ్రంథం చెబుతుంది. అతను విద్యావంతుడు, తెలివైనవాడు, పరిశీలనాత్మక దృష్టి కలిగినవాడు. అతని ప్రధాన అభిప్రాయాలు పరలోకం లేదు, ఆత్మ శాశ్వతం కాదు, పుణ్యపాపాలు ఊహలు, శరీరమే మనిషి. ఈ భావాలు ఆ కాలంలో అత్యంత విప్లవాత్మకమైనవి.

పాయాసి వాదన ప్రకారం మనిషి చనిపోయిన తరువాత ఏదీ మిగలదు. శరీరమే జీవితం. అతను ప్రశ్నించాడు ఆత్మ ఉంటే అది ఎక్కడికి వెళ్తుంది, దాని బరువు ఎంత, దాన్ని ఎవరైనా చూశారా? ఇవి ఆ కాలంలో చాలా ధైర్యవంతమైన ప్రశ్నలు.

పాయాసి కేవలం వాదించలేదు. అతను ప్రయోగాలు చేశాడని సుత్తం చెబుతుంది. ఒక నేరస్తుడిని చంపించి, అతని శరీరాన్ని గమనించాడు. ఆత్మ బయటకు

వస్తుందా అని పరిశీలించాడు. శరీరాన్ని మూసివేసి ఉంచి, లోపల జీవశక్తి మిగిలిందా అని చూశాడు. ఇవి శాస్త్రీయ ప్రయోగాలుగా పూర్తిగా సరిపోకపోయినా, ఆలోచనా దిశ మాత్రం ప్రయోగాత్మకమే.

కుమార కశ్యపుని ప్రతివాదం, పాయాసి వాదనలకు ప్రతిగా బౌద్ధ భిక్షువు కుమార కశ్యపుడు ఉపమానాలు ఉపయోగించాడు. గాలి కనిపించదని అది లేదని అనలేము. అగ్ని చల్లారిన తరువాత అది కనిపించదు, కాని అది లేనిది కాదు. ఇలా తర్కంతో పాయాసిని సమాధానపరిచాడు.

భారతీయ లోకాయత, చార్వాక సిద్ధాంతం కూడా ఆత్మ, పరలోకం నిరాకరించింది. చార్వాక భావన 'యావజ్జీవేత్ సుఖం జీవేత్' పాయాసి భావనలతో ఇది కొంతమేరకు పోలి ఉంటుంది. కాని పాయాసి స్వతంత్రంగా చార్వాకుడు అని చెప్పలేము.

బౌద్ధం కూడా శాశ్వత ఆత్మ సిద్ధాంతాన్ని అంగీకరించదు. అయితే అది కర్మ పునర్జన్మ సిద్ధాంతాన్ని అంగీకరిస్తుంది. పాయాసి మాత్రం పూర్తిగా పరలోకాన్ని నిరాకరించాడు. అందువల్ల బౌద్ధం అతని వాదనలను తర్కంతో ఎదుర్కొంది.

భారతీయ తత్త్వంలో సంశయం ఒక ప్రమాణం. న్యాయ దర్శనంలో సందేహం జ్ఞానానికి మొదటి దశ. పాయాసి ఈ సందేహాన్ని జీవితం మీద ప్రయోగించాడు. పాయాసి మతాన్ని పుణ్యపాపాలు భయాన్ని సృష్టిస్తాయి, పరలోకం ఆశను కలిగిస్తుంది, కాని ఆధారం ఏమిటి? అతని దృష్టి ఆధారపూర్వకమైనది కావాలి.

పాయాసి వాదనలో పరిమితులు కూడా ఉన్నాయి. ప్రయోగాలు తగిన శాస్త్రీయ పద్ధతిలో లేవు. అనుభవానికి అతీతమైన విషయాలను పూర్తిగా నిరాకరించడం తర్కపరంగా సవాల్ అయినా అతని ప్రశ్నించడం విలువైనదే. ఆధునిక శాస్త్రం ఆధారాలు కోరుతుంది, ప్రయోగాలు చేస్తుంది, నిరూపణ కోరుతుంది. ఈ దృష్టిలో పాయాసి ఒక ప్రాచీన తర్కవాదిగా కనిపిస్తాడు.

పాయాసి, విశ్వాసం ముందు ప్రశ్నించాలి, భావన ముందు పరిశీలించాలి. అతను తప్పు కావచ్చు. ప్రశ్నించే ధైర్యం చరిత్రలో నిలుస్తుంది.మతం ఒకపక్క భక్తిని

నేర్పుతుంది. మరొకపక్క తర్కాన్ని అంగీకరించాలి. పాయాసి వంటి వ్యక్తులు లేకపోతే మతం మూఢనమ్మకంగా మారేది, తర్కం నిషేధించబడేది. అందువల్ల పాయాసి భారతీయ తత్త్వంలో విమర్శనాత్మకక స్వరంగా నిలిచాడు. పాయాసి ఒక దర్శన వ్యవస్థను స్థాపించకపోయినా, అతను ఒక గొప్ప తత్త్వ సాధనాన్ని అందించాడు ప్రశ్నించే స్వేచ్ఛ.

20. కన్ఫ్యూషియన్ మతం

కన్ఫ్యూషియన్ మతం లేదా రుజియా అనేది చైనాలో ఆవిర్భవించిన ఒక గొప్ప నైతిక సామాజిక తత్వ సంప్రదాయం. ఇది సాంప్రదాయిక అర్థంలో దేవుడిని కేంద్రీకరించిన మతం కాకపోయినా, మానవ నైతికత, సామాజిక క్రమం, కుటుంబ విలువలు, రాజధర్మం, విద్యా సంస్కృతి వంటి అంశాలను కేంద్రీకరించిన జీవన విధానం. చైనా నాగరికతపై అత్యంత ప్రభావం చూపిన ఆలోచనా ప్రవాహం ఇదే అని చెప్పవచ్చు.

కన్ఫ్యూషియన్ తత్వం క్రీ.పూ. ఆరవ శతాబ్దంలో చైనాలో ఆవిర్భవించింది. ఆ కాలం 'వసంత శరదృతువుల యుగం' గా ప్రసిద్ధి. ఈ కాలంలో చైనా చిన్న రాజ్యాలుగా విభజించబడి, పరస్పరం యుద్ధాలు చేసుకునే పరిస్థితి నెలకొంది. రాజకీయ అస్థిరత, సామాజిక అవ్యవస్థ, నైతిక పతనం స్పష్టంగా కనిపించాయి.ఈ పరిస్థితుల్లో ఒక మహత్తర ఆలోచనాపరుడు జన్మించాడు కుంపుజి, పాశ్చాత్య ప్రపంచంలో 'కన్ఫ్యూషియస్' గా ప్రసిద్ధి.

కన్ఫ్యూషియస్ క్రీ.పూ. 551 లో లూ రాష్ట్రంలో జన్మించాడు. ఆయన ఒక సామాన్య కుటుంబంలో జన్మించినప్పటికీ, చిన్ననాటి నుంచే విద్య, సంస్కృతి, నైతిక విలువలపై ఆసక్తి చూపాడు. ప్రభుత్వంలో చిన్నపాటి ఉద్యోగాలు నిర్వహించినా, రాజకీయాల్లో ఆశించిన మార్పు తేలేకపోయాడు. అతను దేశమంతా పర్యటిస్తూ రాజులకు, ప్రజలకు నైతిక బోధనలు చేశాడు.

తన జీవితంలో పెద్దగా గుర్తింపు రాకపోయినా, మరణానంతరం ఆయన ఆలోచనలు చైనాలో ప్రధాన తత్వంగా నిలిచాయి. మూల సూత్రాలు కన్ఫ్యూషియన్ తత్వం దేవుని ఆరాధన కంటే మానవ సంబంధాల శ్రేయస్సుపై దృష్టి సారించింది.

ముఖ్యమైన సూత్రాలు రెన్ దయ, మానవత్వం ఇది కన్ఫ్యూషియన్ తత్వానికి హృదయం. ప్రతి మనిషి ఇతరుల పట్ల దయ, కరుణ, ప్రేమ చూపాలి. లీ ఆచారం,

నియమం సమాజంలో క్రమం కోసం సరైన ఆచారాలు, విధానాలు అవసరం. కుటుంబ, రాజ్య, సామాజిక క్రమం లీ ద్వారా నిలబడుతుంది. షియావో పితృభక్తి తల్లిదండ్రుల పట్ల గౌరవం, పూర్వీకుల ఆరాధన, కుటుంబ నిబద్ధత. యీ నీతి స్వార్థం కంటే న్యాయం, ధర్మం ముఖ్యమైనవి.

జున్జి సద్గుణశాలి వ్యక్తి. కన్ఫ్యూషియస్ ఆదర్శమనిషిని 'జున్జి'గా వర్ణించాడు. ఇతను విద్యావంతుడు, నైతికత కలవాడు, సమాజానికి ఆదర్శం.

కన్ఫ్యూషియన్ తత్వం రాజకీయ తత్వంగా కూడా నిలిచింది. రాజు నైతికతతో పాలించాలి, ప్రజల కోసం పనిచేయాలి, స్వార్థం లేకుండా వ్యవహరించాలి. 'తియాన్ మింగ్' అనే భావన ప్రకారం, రాజు నైతికత కోల్పోతే దేవుడు అతని అధికారాన్ని తీసుకుంటాడు.

గ్రంథ సంప్రదాయం కన్ఫ్యూషియన్ తత్వానికి సంబంధించిన ప్రధాన గ్రంథాలు అనలెక్ట్స్ కన్ఫ్యూషియస్ బోధనలు ఫైవ్ క్లాసిక్స్ ఫోర్ బుక్స్ ఇవి చైనా విద్యా వ్యవస్థకు పునాది అయ్యాయి.

మెన్షియస్ మరియు షున్జి కన్ఫ్యూషియస్ తర్వాత ఇద్దరు ప్రముఖ తత్వవేత్తలు వచ్చారు. మెన్షియస్ మనిషి స్వభావం సహజంగా మంచిదని వాదించాడు. షున్జి మనిషి స్వభావం సహజంగా స్వార్థపరమని, విద్య ద్వారా శుద్ధి చేయాలన్నాడు. ఈ చర్చలు కన్ఫ్యూషియన్ తత్వాన్ని మరింత విస్తరించాయి.

హాన్ వంశ కాలంలో అధికారిక తత్వం క్రీ.పూ. 2వ శతాబ్దంలో హాన్ వంశాధిపతులు కన్ఫ్యూషియన్ తత్వాన్ని అధికారిక రాష్ట్ర సిద్ధాంతంగా స్వీకరించారు. ప్రభుత్వ ఉద్యోగాలకు పరీక్షలు నిర్వహించి, కన్ఫ్యూషియన్ గ్రంథాలపై ఆధారపడి ఎంపిక చేశారు. ఇది వేల సంవత్సరాల పాటు కొనసాగింది.

బౌద్ధం, తావో తత్వంతో సంబంధం చైనాలో బౌద్ధం, తావో తత్వాలు కూడా ప్రభావం చూపాయి. ఈ మూడు మధ్య పరస్పర ప్రభావం జరిగింది. కొన్ని కాలాల్లో పోటీ, కొన్ని కాలాల్లో సమన్వయం కనిపించింది.

నూతన కన్ఫ్యూషియన్ ఉద్యమం సాంగ్ వంశ కాలంలో 'నియో కన్ఫ్యూషియన్' ఉద్యమం ప్రారంభమైంది. జు షి వంటి తత్వవేత్తలు బౌద్ధ తత్వాన్ని సమన్వయం చేస్తూ కొత్త వ్యాఖ్యానాలు ఇచ్చారు.

9-20 వ శతాబ్దాల్లో చైనా పాశ్చాత్య ప్రభావానికి లోనైంది. కన్ఫ్యూషియన్ తత్వాన్ని పాతదిగా, రాజ్యాధికారానికి మద్దతుగా విమర్శించారు. 1911 లో చింగ్ వంశ పతనం తర్వాత సంప్రదాయ పరీక్షా విధానం రద్దు కన్ఫ్యూషియన్ ప్రభావం తగ్గడం కమ్యూనిస్టు విప్లవం తరువాత ఈ తత్వాన్ని మరింత విమర్శించారు.

ఆధునిక పునరుద్ధరణ ఇటీవల చైనాలో కన్ఫ్యూషియన్ విలువలను మళ్లీ ప్రోత్సహిస్తున్నారు. కుటుంబ విలువలు, విద్యా నైతికత, సామాజిక క్రమం వంటి అంశాల్లో ఇది మళ్లీ ప్రాధాన్యం పొందుతోంది.

మతమా, తత్వమా? కన్ఫ్యూషియన్ తత్వం దేవుడిపై ఎక్కువ దృష్టి పెట్టదు పూర్వీకుల ఆరాధనను ప్రోత్సహిస్తుంది నైతిక జీవన విధానాన్ని బోధిస్తుంది అందువల్ల కొందరు దీన్ని మతంగా, మరికొందరు తత్వంగా పరిగణిస్తారు.

ప్రపంచంపై ప్రభావం కన్ఫ్యూషియన్ తత్వం చైనా కొరియా జపాన్ వియత్నాం దేశాల సంస్కృతిపై గొప్ప ప్రభావం చూపింది. కుటుంబ క్రమం, పెద్దల గౌరవం, విద్యా ప్రాముఖ్యత వంటి విలువలు ఈ తత్వం నుంచి వచ్చాయి. కన్ఫ్యూషియన్ తత్వం ఒక దేవకేంద్రీకృత మతం కాకపోయినా, మానవ సమాజ నిర్మాణానికి బలమైన నైతిక పునాది.

మంచి వ్యక్తి మంచి సమాజాన్ని నిర్మిస్తాడు కుటుంబం సమాజానికి మూలం నైతికత లేకుండా రాజ్యం నిలవదు విద్య ద్వారా వ్యక్తి పరిపూర్ణత సాధ్యమే కాలక్రమేణా విమర్శలు, పతనాలు వచ్చినప్పటికీ, కన్ఫ్యూషియన్ తత్వం మానవ చరిత్రలో చిరస్థాయిగా నిలిచింది.

21. హిందూ మతం

'హిందూ' అనే పదం మొదట మతపరమైన పదం కాదు. ఇది భౌగోళిక పదం. సింధు నది ఇండస్ పరిసర ప్రాంతాలలో నివసించే ప్రజలను పర్షియన్లు 'హిందూ' అని పిలిచారు. తర్వాత అరబ్, ముస్లిం రచనల్లో భారతదేశ ప్రజలను సూచించడానికి ఈ పదం వాడుకలోకి వచ్చింది.

మధ్యయుగాల వరకు భారతీయులు తమను వైదికులు, శైవులు, వైష్ణవులు శాక్తులు, స్మార్తులు వంటి పంథాల పేర్లతో గుర్తించేవారు. 'హిందూయిజం' అనే సమగ్ర మతపరమైన వర్గీకరణ 18-19 వ శతాబ్దాల్లో బ్రిటిష్ వలసపాలన కాలంలో మరింత స్పష్టంగా రూపుదిద్దుకుంది.

క్రీ.పూ. 2600–1900 మధ్య సింధు లోయ నాగరికత అభివృద్ధి చెందింది. హరప్పా, మొహెంజోదారో వంటి పట్టణాలు ఆధునిక నగర నిర్మాణంతో ఉండేవి. కొంతమంది చరిత్రకారులు ఈ నాగరికత మరియు తర్వాతి వైదిక సంస్కృతికి సంబంధం ఉందని అంటారు. మరికొందరు ఇది వేరు నాగరికత అని వాదిస్తారు. పశుపతి ముద్ర, మాతృదేవి విగ్రహాలు వంటి అంశాలు తర్వాతి శైవ శక్త సంప్రదాయాలకు మూలమని కొందరు భావిస్తారు. కాని దీనిపై స్పష్టమైన ఏకాభిప్రాయం లేదు.

క్రీ.పూ. 1500 ప్రాంతంలో ఆర్యుల ఆగమనం లేదా స్థానిక పరిణామం గురించి చర్చలు ఉన్నప్పటికీ, వేద సంస్కృతి భారత చరిత్రలో కీలక దశ. వేదాలు ఋగ్వేదం యజుర్వేదం సామవేదం అధర్వవేదం వేదాల్లో యజ్ఞాలు దేవతా ఆరాధన మంత్రాలు ప్రకృతి దేవతలు ఇంద్ర, అగ్ని, వరుణ ముఖ్యంగా కనిపిస్తాయి. ఈ కాలంలో కుల విభజన ప్రారంభ రూపం వర్ణ వ్యవస్థ. యజ్ఞాధారిత ఆచారాలు పురోహితుల ప్రాధాన్యం క్రమంగా స్థిరపడ్డాయి.

ఋగ్వేదంలోని 'పురుష సూక్తం' లో నాలుగు వర్ణాలు పేర్కొనబడ్డాయి బ్రాహ్మణ, క్షత్రియ, వైశ్య, శూద్ర. ప్రారంభంలో ఇది వృత్తి ఆధారిత విభజనగా ఉన్నట్లు భావించబడుతుంది. కాని కాలక్రమేణా ఇది జన్మ ఆధారిత వ్యవస్థగా మారింది. ఈ వ్యవస్థ తర్వాతి శతాబ్దాల్లో గట్టి సామాజిక నిర్మాణంగా మారి కుల వ్యవస్థకు పునాది వేసింది.

క్రీ.పూ. 800–400 మధ్య ఉపనిషత్తులు రచించబడ్డాయి. ఇవి బ్రహ్మం ఆత్మ మోక్షం కర్మ సిద్ధాంతం వంటి గంభీర తత్వాలపై చర్చించాయి. ఇది యజ్ఞాధారిత మతం నుండి తత్వాధారిత ఆధ్యాత్మికత వైపు మార్పును సూచిస్తుంది.

క్రీ.పూ. ఆరవ శతాబ్దంలో గౌతమ బుద్ధుడు, మహావీరుడు మరికొందరు శ్రామణిక ఉద్యమాలకు శ్రీకారం చుట్టారు. వీరు యజ్ఞాలకు వ్యతిరేకం వర్ణ వ్యవస్థపై విమర్శ అహింస సమానత్వం వంటి విలువలను ప్రచారం చేశారు. బౌద్ధం, జైనం సమాజంలో విశాల ఆదరణ పొందాయి.

మౌర్య సామ్రాజ్యం మరియు బౌద్ధం, అశోకుడు క్రీ.పూ. మూడవ శతాబ్దం, బౌద్ధాన్ని రాజమతంగా ప్రోత్సహించాడు, స్థూపాలు నిర్మించాడు, బౌద్ధ ధర్మాన్ని విదేశాలకు పంపించాడు. ఈ కాలంలో బౌద్ధం అత్యున్నత స్థాయికి చేరుకుంది.

పుష్యమిత్ర శుంగుడు చరిత్ర మరియు వాదనలు, మౌర్య సామ్రాజ్యం పతనం తర్వాత శుంగ వంశం స్థాపించబడింది. పుష్యమిత్ర శుంగుడు క్రీ.పూ. 185 ప్రాంతం మౌర్యుల చివరి రాజును తొలగించి సింహాసనం అధిష్టించాడు. అతని పాత్రపై వివాదం బౌద్ధ గ్రంథమైన 'దివ్యావదాన'లో పుష్యమిత్రుడు బౌద్ధ విహారాలను ధ్వంసం చేశాడని, బౌద్ధులను హింసించాడని పేర్కొంటుంది. కొంతమంది చరిత్రకారులు లక్షలాది బౌద్ధులు హతమయ్యారనే వాదనను ప్రస్తావిస్తారు. ఇతర పండితులు ఈ వాదనలను అతిశయోక్తిగా భావిస్తారు. శుంగ కాలంలో కూడా కొన్ని బౌద్ధ నిర్మాణాలు కొనసాగినట్లు పురావస్తు ఆధారాలు చూపుతున్నాయని అంటారు. పుష్యమిత్రుడి పాత్రపై చరిత్రలో స్పష్టమైన ఏకాభిప్రాయం లేదు.

శుంగ కాలం నుండి యజ్ఞాలు మళ్లీ ప్రాధాన్యం పొందాయి. వేదాధారిత సంప్రదాయాలు బలపడ్డాయి, పురాణాలు రచించబడ్డాయి. ఈ కాలంలో హిందూ మతం శైవ వైష్ణవ శాక్త పంథాలుగా అభివృద్ధి చెందింది.

గుప్త కాలం నుండి కుల వ్యవస్థ మరింత కఠినమైంది. అస్పృశ్యత జన్మ ఆధారిత వృత్తి సామాజిక బహిష్కరణ వంటి అంశాలు బలపడ్డాయి. ఇది భారత సమాజంపై దీర్ఘకాల ప్రభావం చూపింది.

కొంతమంది చరిత్రకారులు బౌద్ధ స్థూపాల స్థానంలో హిందూ దేవాలయాలు నిర్మించబడ్డాయని బౌద్ధ చిహ్నాలు శైవ వైష్ణవ సంప్రదాయాల్లో కలిసిపోయాయని వాదిస్తారు. అయితే మరికొందరు ఇది పూర్తిగా నిర్మూలన కాకుండా, సాంస్కృతిక సమన్వయం అని భావిస్తారు. ఈ అంశం చరిత్రలో చర్చనీయాంశంగానే ఉంది.

ప్రారంభ వేద కాలంలో దేవాలయాలు లేవు. యజ్ఞాలు ప్రధానమైనవి. క్రీ.శ. మొదటి శతాబ్దాల నుండి గర్భగుడి విగ్రహ ఆరాధన పూజారి వ్యవస్థ అభివృద్ధి చెందాయి. దేవాలయాలు ఆర్థిక కేంద్రాలు సాంస్కృతిక కేంద్రాలు విద్యా కేంద్రాలు గా మారాయి.

బ్రాహ్మణులు యజ్ఞాలు నిర్వహించడం, శాస్త్రాలు బోధించడం, దేవాలయ ఆచారాలు నిర్వహించడం వంటి బాధ్యతలు చేపట్టారు. క్రమంగా ఇది వారసత్వాధారిత వ్యవస్థగా మారింది.

కాలక్రమేణా శకునాలు, జాతకాలు, గ్రహశాంతులు, దోషాలు వంటి విశ్వాసాలు ప్రజలలో బలపడ్డాయి. ఇవి తత్వశాస్త్రంలోని ఉపనిషత్తు సారాంశం కంటే భిన్నంగా ఉన్నాయి.

22. పురాణ యుగం - హిందూత్వ ఆవిర్భావం

గుప్తుల కాలం క్రీ.శ. 4–6 శతాబ్దాలు నుండి హిందూ మతం ఒక కొత్త దశలోకి ప్రవేశించింది. ఈ కాలంలో మహాపురాణాలు విష్ణు, శివ, భాగవత, మార్కండేయ మొదలైనవి, ఉపపురాణాలు, ఇతిహాసాలు రామాయణం, మహాభారతం విస్తృత రూపాలు, ప్రజలలో విస్తృతంగా ప్రాచుర్యం పొందాయి.

వేదాల కంటే పురాణాలు ప్రజలకు సులభంగా అర్థమయ్యే విధంగా కథారూపంలో ధర్మాన్ని వివరించాయి. ఈ కాలంలో విష్ణు అవతార సిద్ధాంతం, శివ లీలలు, దేవి మహిమ, వంటి భావనలు బలపడ్డాయి.

కొంతమంది పండితుల అభిప్రాయం ప్రకారం బుద్ధుడిని విష్ణువు అవతారంగా ప్రకటించడం, కొన్ని బౌద్ధ చిహ్నాలను హిందూ సంప్రదాయంలో కలపడం, సాంస్కృతిక సమన్వయం భాగంగా జరిగింది. ఇది పూర్తిగా నిర్మూలన కాకుండా, ధార్మిక సమ్మేళనం గా కూడా అర్థం చేసుకోవచ్చు.

క్రీ.శ. ఆరవ శతాబ్దం నుండి దక్షిణ, ఉత్తర భారతదేశాల్లో భారీ దేవాలయాలు నిర్మించబడ్డాయి. దేవాలయాల పాత్ర ఆర్థిక కేంద్రం భూదానాలు, దక్షిణాలు, కళల ప్రోత్సాహం, శిల్పం, నృత్యం, సంగీతం, విద్యా కేంద్రం, సామాజిక సమీకరణ, పూజారి వ్యవస్థ. పూజారి వర్గం ఆగమ శాస్త్రాల ప్రకారం ఆరాధన విగ్రహ ప్రతిష్ఠ నిత్య కర్మలు నిర్వహించింది. క్రమంగా ఈ వ్యవస్థ వారసత్వాధారితంగా మారింది. దీని వల్ల బ్రాహ్మణ వర్గానికి ప్రత్యేక స్థానం ఏర్పడింది.

ప్రారంభ వర్ణ వ్యవస్థ వృత్తి ఆధారంగా ఉండి ఉండవచ్చు. కానీ మధ్యయుగాలలో జన్మ ఆధారిత కులవ్యవస్థ అంతర్వివాహ నిషేధం అస్పృశ్యత వంటి కఠిన నియమాలు అమలులోకి వచ్చాయి. కులవ్యవస్థ ప్రభావం సామాజిక అసమానత

విద్య, ఆస్తి, అధికారంలో అసమాన పంపిణీ శ్రమజీవులపై వివక్ష ఇది భారత సమాజ నిర్మాణాన్ని శతాబ్దాల పాటు ప్రభావితం చేసింది.

క్రీ.శ. ఏడవ శతాబ్దం నుండి భక్తి ఉద్యమం ప్రారంభమైంది. దక్షిణ భారతదేశం ఆళ్వార్లు వైష్ణవ భక్తులు, నాయనార్లు శైవ భక్తులు ఉత్తర భారతదేశం కబీర్ తులసీదాస్ మీరాబాయి గురునానక్ భక్తి ఉద్యమం దేవునితో వ్యక్తిగత సంబంధం కులవ్యవస్థపై విమర్శ భాషా ప్రజాస్వామ్యం సంస్కృతం కాకుండా స్థానిక భాషల్లో కీర్తనలు వంటి మార్పులకు దారితీసింది.

మధ్యయుగాల్లో ముస్లిం రాజ్యాలు భారతదేశంలో స్థాపించబడ్డాయి. ఈ కాలంలో సాంస్కృతిక పరస్పర ప్రభావం సూఫీ భక్తి సమన్వయం కొన్ని ప్రాంతాల్లో ఘర్షణలు జరిగాయి. హిందూ మతం ఈ కాలంలో తన ఆచారాలను కొనసాగించినప్పటికీ, రాజకీయ శక్తి మార్పులు సామాజిక నిర్మాణంపై ప్రభావం చూపాయి.

'హిందూత్వ' అనే పదం 20 వ శతాబ్దంలో వినాయక దామోదర సావర్కర్ రచనల ద్వారా ప్రాచుర్యం పొందింది. హిందూత్వ భావజాలం హిందూ సంస్కృతి ఆధారంగా జాతీయత భారతదేశాన్ని హిందూ రాష్ట్రముగా చూడడం సాంస్కృతిక ఐక్యత వంటి అంశాలను ప్రతిపాదించింది. ఇది హిందూ మతానికి సమానార్థక పదం కాదు, ఇదొక రాజకీయ సాంస్కృతిక సిద్ధాంతం.

కొన్ని చరిత్రకారులు వాదిస్తారు. కొన్ని బౌద్ధ స్థలాలు హిందూ దేవాలయాలుగా మారాయి. బౌద్ధ సాంస్కృతిక గుర్తింపులు తగ్గిపోయాయి ఇతరులు అంటారు ఇది సహజ సాంస్కృతిక పరిణామం బౌద్ధం స్వయంగా భారతదేశంలో క్షీణించింది ఆశ్రయం తగ్గడం, విదేశీ ఆక్రమణలు, అంతర్గత విభేదాలు. ఈ అంశం చారిత్రక పరిశోధనలో ఇంకా చర్చనీయాంశంగానే ఉంది.

19-20 వ శతాబ్దాల్లో రాజారాం మోహన్ రాయ్, స్వామి దయానంద సరస్వతి, వివేకానంద, మహాత్మా గాంధీ, డా.బి.ఆర్. అంబేద్కర్ వంటి నాయకులు కులవ్యవస్థ,

మూఢనమ్మకాలపై విమర్శలు చేశారు. ముఖ్య సంస్కరణలు సతి సహగమన నిషేధం, బాల్యవివాహ నిరోధం, విద్య విస్తరణ దళిత హక్కుల ఉద్యమం.

భారత రాజ్యాంగం అస్పృశ్యత నిషేధం సమాన హక్కులు నిర్ధారించింది. అయితే సామాజికంగా కుల ప్రభావం ఇంకా కనిపిస్తుంది. హిందూ సమాజంలో కొన్ని ప్రాంతాల్లో జాతక ఆధారిత వివక్ష, గ్రహదోషాల భయం, అంధ విశ్వాసాలు ఇంకా కొనసాగు తున్నాయి. అయితే అదే సమయంలో యోగా, వేదాంత తత్వం, ఆధ్యాత్మిక సాధన ప్రపంచవ్యాప్తంగా ఆదరణ పొందుతున్నాయి.

ప్రస్తుతం హిందూ మతం ప్రపంచంలో మూడవ అతిపెద్ద మతం భారతదేశంలో మెజారిటీ మతం సామాజిక, రాజకీయ రంగాలలో కీలక పాత్ర పోషిస్తోంది. హిందూత్వ రాజకీయ భావజాలం కొంతమంది దృష్టిలో సాంస్కృతిక పునరుజ్జీవనం మరికొందరి దృష్టిలో మైనారిటీలపై ప్రభావం చూపే జాతీయత అనే విధంగా భిన్న అభిప్రాయాలకు దారితీస్తోంది.

హిందూ మతం వేల సంవత్సరాల చరిత్ర కలిగిన బహుముఖ సంప్రదాయం తత్వశాస్త్ర, ఆచార, సంస్కృతి, కళల సమ్మేళనం. అంతర్గత విభిన్నతలతో కూడిన జీవంత వ్యవస్థ. ఈ చరిత్రలో వేద యుగం, బౌద్ధ జైన ప్రభావం, పురాణ యుగం కులవ్యవస్థ కఠినీకరణ, భక్తి ఉద్యమం సంస్కరణలు ఆధునిక రాజకీయ భావజాలాలు అన్నీ భాగమయ్యాయి. హిందూ మత చరిత్రను సమగ్రంగా అర్థం చేసుకోవాలంటే చారిత్రక ఆధారాలు పురావస్తు సాక్ష్యాలు సాహిత్య విశ్లేషణ సమకాలీన సామాజిక దృక్కోణం అన్నీ సమన్వయంగా పరిశీలించాలి.

23. పుష్యమిత్ర శుంగుడు

మౌర్య సామ్రాజ్య పతనం క్రీ.పూ. రెండవ శతాబ్దం తర్వాత భారతదేశ రాజకీయ దృశ్యం మారింది. మౌర్యుల చివరి రాజు బృహద్రథుడిని సేనాధిపతి పుష్యమిత్ర శుంగుడు తొలగించి శుంగ వంశాన్ని స్థాపించాడు. సుమారు క్రీ.పూ. 185 బ్రాహ్మణ వంశానికి చెందినవాడని భావించబడుతుంది, మౌర్యుల సైన్యాధిపతి, ఉత్తర భారతదేశంలో పరిపాలన, యజ్ఞాల నిర్వహణ అశ్వమేధ యజ్ఞం. పుష్యమిత్రుని పాలన సుమారు 36 సంవత్సరాలు కొనసాగినట్లు పూరాణిక మరియు ఇతర ఆధారాలు సూచిస్తాయి.

బౌద్ధ గ్రంథం *దివ్యావదాన* ప్రకారం పుష్యమిత్రుడు బౌద్ధ విహారాలను ధ్వంసం చేశాడు, బౌద్ధ భిక్షువులను హింసించాడు, బౌద్ధులకు బహుమతులు ప్రకటించి చంపించినట్లు కథనాలు ఉన్నాయి, కొన్ని రచనల్లో 'లక్షలాది బౌద్ధులు హతమయ్యారు' అనే వాదన వినిపిస్తుంది.

ఈ అంశంపై చరిత్రలో ఏకాభిప్రాయం లేదు. బౌద్ధ వ్యతిరేక దమనకాండ జరిగింది. కొంతమంది చరిత్రకారులు శుంగులు బ్రాహ్మణిక పునరుద్ధరణకు కృషి చేశారని, బౌద్ధ రాజపోషణ తగ్గిందని, కొన్ని విహారాలు నాశనం అయ్యాయని అంటారు.

ఇతర పండితులు, శుంగ కాలంలో కూడా సాంచి, భారహుట్ వంటి బౌద్ధ స్తూపాలు అభివృద్ధి చెందాయని, పురావస్తు ఆధారాలు సంపూర్ణ నిర్మూలనను సూచించవని, దివ్యావదాన కథనం రాజకీయ ప్రచారంగా ఉండవచ్చని వాదిస్తారు.

బౌద్ధం భారతదేశంలో క్రమంగా తగ్గిపోయింది దీనికి అనేక కారణాలున్నాయి. వాటిల్లో రాజపోషణ తగ్గడం, అశోకుని తర్వాత బౌద్ధానికి బలమైన రాజకీయ మద్దతు తగ్గింది. హిందూ సంప్రదాయ సమన్వయం, బుద్ధుడిని విష్ణువు అవతారంగా పరిగణించడం ద్వారా బౌద్ధాన్ని సమన్వయం చేయడం. అంతర్గత విభజనలు హీనయాన,

మహాయాన, వజ్రయాన విభజనలు. విదేశీ ఆక్రమణలు, హూణులు, తరువాతి ముస్లిం దండయాత్రలలో కొన్ని బౌద్ధ విశ్వవిద్యాలయాల నాశనం. గ్రామీణ మద్దతు తగ్గడం, బౌద్ధం ప్రధానంగా నగర వాణిజ్య వర్గాలలో బలంగా ఉండేది. అందువల్ల బౌద్ధ క్షీణతను ఒకే వ్యక్తి చర్యగా చూడడం చారిత్రకంగా సరళీకరణ అవుతుంది.

పురాణాలు మరియు బ్రాహ్మణ గ్రంథాల్లో పుష్యమిత్రుడు వేదాధర్మ పరిరక్షకుడు యజ్ఞ సంప్రదాయ పునరుద్ధారకుడుగా వర్ణించబడతాడు. బౌద్ధ సాహిత్యంలో బౌద్ధ వ్యతిరేకుడిగా చిత్రించబడతాడు. ఈ విభిన్న చిత్రణలు ఆ కాలపు ధార్మిక రాజకీయ పోటీలను ప్రతిబింబిస్తాయి.

గుప్త కాలం నుండి దేవాలయాలు కేవలం ఆధ్యాత్మిక కేంద్రాలు మాత్రమే కాకుండా ఆర్థిక శక్తికేంద్రాలుగా మారాయి. దేవాలయాలకు లభించిన వనరులు భూదానాలు పన్నుల మినహాయింపులు రాజ దక్షిణలు ప్రజల కానుకలు ప్రభావం పెద్ద భూస్వామ్య వ్యవస్థ స్థానిక ఆర్థిక నియంత్రణ కళాకారులు, శిల్పులు, సంగీతకారులకు ఉపాధి దేవాలయాలు ఒక సమగ్ర సామాజిక వ్యవస్థగా మారాయి.

ఆగమ శాస్త్రాల ప్రకారం దేవాలయ ఆచారాలు నిర్వహించబడ్డాయి. క్రమంగా పూజారి పదవులు వారసత్వాధారంగా మారాయి. కొన్ని కులాలకు మాత్రమే ఆచార హక్కులు అనుమతించబడ్డాయి. దీని వల్ల మతాధికారం ఒక నిర్దిష్ట వర్గంలో కేంద్రీకృతమైంది.

వర్ణ వ్యవస్థ క్రమంగా వేలాది జాతులుగా జాతి వ్యవస్థ విస్తరించింది. ప్రధాన లక్షణాలు జన్మ ఆధారిత గుర్తింపు వృత్తి నిర్ధారణ అంతర్వివాహ నిషేధం అస్పృశ్యత సామాజిక ఫలితాలు సామాజిక చలనశీలత తగ్గడం విద్యా అవకాశాల్లో అసమానత శ్రమజీవులపై వివక్ష. మనుస్మృతి వంటి ధర్మశాస్త్రాలు కులాధారిత కర్తవ్యాలు శిక్షలు మహిళల స్థానం నిర్దేశించాయి. ఈ గ్రంథాలు సమాజంలో శక్తి సంబంధాలను ప్రభావితం చేశాయి. అయితే ఇవి అన్ని ప్రాంతాల్లో ఒకే విధంగా అమలయ్యాయని చెప్పడం కష్టం. ప్రాంతీయ వైవిధ్యం ఉంది.

హిందూ మతం ఒక ఏకరూప వ్యవస్థ కాదు. ఇది గ్రామీణ దేవతల ఆరాధన తాంత్రిక సంప్రదాయాలు శైవ, వైష్ణవ, శాక్త పంథాలు యోగ, వేదాంత వంటి విభిన్న రూపాలను కలిగి ఉంది.

కొంతమంది విమర్శకుల అభిప్రాయం కులవ్యవస్థను మతపరంగా న్యాయీకరించడం మూఢనమ్మకాలు మహిళలపై వివక్ష మతవ్యవస్థలో భాగమయ్యాయి. ఇతరులు అంటారు ఉపనిషత్తుల తత్వం సమానత్వాన్ని బోధిస్తుంది భక్తి ఉద్యమం సమాజాన్ని ప్రజాస్వామ్యవంతం చేసింది.

పుష్యమిత్ర శుంగుడి కాలం వంటి సంఘటనలను ఏకపక్షంగా మహిమా పూర్ణంగా చూడడం లేదా పూర్తిగా దుష్ప్రచారంగా చూడడం రెండూ సరైన చారిత్రక విధానం కాదు. పురావస్తు, శాసనాలు, సాహిత్యం, ఆధునిక పరిశోధనలు అన్నీ సమన్వయంగా పరిశీలించాలి. పుష్యమిత్ర శుంగుడి చారిత్రక పాత్ర బౌద్ధ క్షీణతపై వాదనలు సాహిత్య ప్రతిబింబాలు దేవాలయ ఆర్థిక వ్యవస్థ పూజారి వ్యవస్థ కులవ్యవస్థ సామాజిక ప్రభావం, హిందూ మత చరిత్ర ఒక సుదీర్ఘ, సంక్లిష్ట, బహుముఖ ప్రయాణం. ఇందులో ఆధ్యాత్మికత రాజకీయాలు సామాజిక నిర్మాణం ఆర్థిక శక్తి అన్నీ పరస్పర సంబంధం కలిగి ఉన్నాయి.

24. ఆధునిక హిందూత్వం, సామాజిక సంస్కరణ ఉద్యమాలు

క్రీ.శ. 8 నుండి 18 వ శతాబ్దం వరకు భారతదేశంలో భారీ రాజకీయ మార్పులు జరిగాయి. ప్రాంతీయ రాజ్యాల ఉద్భవం ఇస్లామిక్ సుల్తానతుల మొఘల్ సామ్రాజ్యం ప్రాంతీయ హిందూ రాజ్యాలు విజయనగరం, రాజపుత్రులు, మరాఠాలు ఈ కాలంలో మతాలు పరస్పర ప్రభావాన్ని చూపించాయి.

భక్తి ఉద్యమం దక్షిణ భారతదేశంలో ప్రారంభమై ఉత్తర భారతదేశం వరకు విస్తరించింది. ప్రధాన లక్షణాలు వ్యక్తిగత భక్తికి ప్రాధాన్యం కులవ్యవస్థకు వ్యతిరేక స్వరాలు భాషా ప్రజాకరణ సంస్కృతం కాకుండా ప్రాంతీయ భాషలు సంగీతం, కీర్తనల ద్వారా ఆధ్యాత్మికత ప్రముఖ భక్తులు ఆళ్వార్లు, నాయనార్లు రామానుజాచార్య బసవన్న కబీర్ గురునానక్ మీరాబాయి తులసీదాస్ చైతన్య మహాప్రభు భక్తి ఉద్యమం సామాజిక సమానత్వానికి కొంత స్థలం కల్పించింది.

ఇస్లామిక్ సూఫీ సంతులు ప్రేమ, సహనం, దేవునితో వ్యక్తిగత అనుభవం ఖాన్కాలు, దర్గా సంప్రదాయం భక్తి సూఫీ సంప్రదాయాలు పరస్పర ప్రభావాన్ని చూపించాయి.

మొఘల్ రాజుల్లో అక్బర్ సుల్హ్-ఇ-కుల్ సర్వమత సమానత జిజ్యా రద్దు దిన్-ఇ-ఇలాహీ ప్రయోగం ఔరంగజేబ్ జిజ్యా పునరుద్ధరణ కొన్ని దేవాలయాల కూల్చివేత అయితే చరిత్రలో ఈ అంశాలు ప్రాంతానుసారం మారాయి.

మధ్యయుగాలలో దేవాలయాలు ఆర్థిక కేంద్రాలు రాజకీయ చిహ్నాలు రాజుల అధికారం ప్రతీకలు దేవాలయాల నిర్మాణం రాజుల ధార్మిక రాజకీయ చైతన్యాన్ని సూచించింది.

18 వ శతాబ్దం చివర నుండి బ్రిటిష్ పాలన ప్రారంభమైంది. జనగణనలు మతాన్ని గణాంక పరంగా వర్గీకరించడం. చట్టబద్ధీకరణ, హిందూ లా, ముస్లిం లా వంటి

చట్టపరమైన వర్గీకరణ. గ్రంథాధార మత నిర్మాణం, వేదాలు, ఉపనిషత్తులు, గీతను హిందూ మతం యొక్క కేంద్రీయ గ్రంథాలుగా ప్రతిష్ఠించడం. పాశ్చాత్య విద్య ప్రభావం, వివేకానంద, రాజారామమోహన్ రాయ్ వంటి నాయకులు మతాన్ని కొత్త కోణంలో పరిచయం చేశారు.

బ్రహ్మ సమాజం రాజారామ మోహన్ రాయ్ సతి నిర్మూలన ఏకదేవత భావన ఆర్య సమాజం దయానంద సరస్వతి వేదాలకు తిరిగి పిలుపు శుద్ధి ఉద్యమం రామకృష్ణ మిషన్ వివేకానంద సేవా ధర్మం హిందూ తత్వం అంతర్జాతీయ ప్రచారం ఇతర ఉద్యమాలు ప్రథాన సమాజం స్వామినారాయణ సంప్రదాయం నారాయణ గురు ఉద్యమం కుల వ్యతిరేకం.

19–20వ శతాబ్దాల్లో జాతీయోద్యమంతో పాటు మత గుర్తింపులు బలపడ్డాయి. కొంతమంది నాయకులు హిందూ సంస్కృతిని జాతీయతతో అనుసంధానించారు. హిందూత్వ సిద్ధాంతం వినాయక్ దామోదర్ సావర్కర్ 1923 'హిందూత్వ' భావనను రాజకీయ సిద్ధాంతంగా ప్రతిపాదించాడు. ముఖ్య భావనలు పితృభూమి, పుణ్యభూమి సాంస్కృతిక జాతీయత హిందూ ఐక్యత తరువాత హెడ్గేవార్ ఆర్ఎస్ఎస్ స్థాపన గోల్వాల్కర్ సిద్ధాంత విస్తరణ.

భారత రాజ్యాంగం లౌకికత్వం మత స్వేచ్ఛ సమాన హక్కులు అయితే మత రాజకీయాలు కొనసాగాయి రామజన్మభూమి ఉద్యమం హిందూత్వ రాజకీయ బలపాటు. నేటి హిందూమతం సంప్రదాయ ఆచారాలు యోగ, ఆధ్యాత్మికత గ్లోబల్ హిందూ డయాస్పోరా రాజకీయ హిందూత్వం ఇవి అన్నీ కలిసిన సమ్మేళనం.

విమర్శలు కుల వివక్ష కొనసాగడం మతపరమైన మేజారిటేరియన్ రాజకీయాలు చరిత్ర పునర్వ్యాఖ్యానం సమర్థనలు సాంస్కృతిక పునరుద్ధరణ వలసపాలన వారసత్వానికి ప్రతిస్పందన జాతీయ గౌరవ భావన

హిందూ మత చరిత్రను సమగ్రంగా అవగాహన చేసుకోవాలంటే, అది ఒకే గ్రంథం లేదా ఒకే సిద్ధాంతానికి పరిమితమైన మతం కాదని గ్రహించాలి. విభిన్న

సంప్రదాయాలు, ఆచారాలు, తత్వాలు, భక్తి మార్గాలు ఇవన్నీ కలిసిన విశాల సంస్కృతి ప్రవంతి అది. కాలానుగుణంగా పరిణామం చెందుతూ, సమాజ మార్పులతో పాటు రూపాంతరం పొందుతూ వచ్చిన ఒక జీవంతమైన ఆధ్యాత్మిక సంప్రదాయం అని గుర్తించాల్సి ఉంటుంది.

మధ్యయుగ మత పరిణామాలు భక్తి సూఫీ సంప్రదాయాలు మొఘల్ విధానాలు బ్రిటిష్ ప్రభావం సామాజిక సంస్కరణ ఉద్యమాలు హిందూత్వ రాజకీయ వికాసం ఆధునిక పరిస్థితి, హిందూ మత చరిత్ర స్థిరమైనది కాదు ఒకే రూపంలో ఉండలేదు రాజకీయ, సామాజిక, ఆర్థిక శక్తులతో కలిసి మారింది 'హిందూ మతం' అనే పదం వెనుక వేల సంవత్సరాల చరిత్ర వేద తత్వం గ్రామీణ ఆచారాలు కుల నిర్మాణాలు సంస్కరణ ఉద్యమాలు ఆధునిక రాజకీయాలు అన్నీ ఉన్నాయి.

25. ఇస్లాం మతము

ప్రపంచంలో ప్రముఖ ఏకేశ్వర మతాలలో ఒకటైన ఇస్లాం మతము, ఆధ్యాత్మికతతో పాటు సామాజిక న్యాయం, నైతిక విలువలు, మానవ సమానత్వం అనే సిద్ధాంతాలపై నిర్మితమైన జీవన విధానం. 'ఇస్లాం' అనే పదానికి మూలం అరబిక్ 'సలామ్' శాంతి. అందువల్ల ఇస్లాం అనగా 'దేవుని చిత్తానికి సమర్పణ ద్వారా శాంతిని పొందడం' అని భావిస్తారు.

ఇస్లాం మత స్థాపకుడు ముహమ్మద్ ప్రవక్త. క్రీస్తు శకం 570 ప్రాంతంలో మక్కా నగరంలో జన్మించారు. ఆయనకు 40 సంవత్సరాల వయస్సులో దేవదూత జిబ్రయిూల్ ద్వారా దేవుని వాక్యాలు వెల్లడయ్యాయని ముస్లింల విశ్వాసం. ఈ వాక్యాలే తరువాత ఖురాన్ గా సంకలించబడ్డాయి.

ఆ సమయంలో అరేబియా సమాజం గోత్రాలుగా విభజించబడి, విగ్రహారాధన, సామాజిక అసమానతలు, మహిళలపై అన్యాయం, దాస్యవ్యవస్థ వంటి సమస్యలతో నిండిపోయి ఉండేది. ముహమ్మద్ ప్రవక్త ఒకే దేవుడు అల్లాహ్, సమానత్వం, న్యాయం, దయ, దానధర్మం వంటి విలువలను బోధించారు.

622 క్రీస్తు శకంలో మక్కా నుండి మదీనా కు జరిగిన హిజ్రా వలస ఇస్లాం చరిత్రలో ముఖ్యమైన ఘట్టం. ఇస్లామిక్ కాలగణన కూడా ఈ సంఘటన నుంచే ప్రారంభమవుతుంది.

ఇస్లాం మతం ఆరు విశ్వాస సూత్రాలను బోధిస్తుంది, అల్లాహ్‌పై విశ్వాసం ఏకైక సృష్టికర్త, పోషకుడు, దేవదూతలపై విశ్వాసం, దైవగ్రంథాలపై విశ్వాసం, ప్రవక్తలపై విశ్వాసం, పరలోకంపై విశ్వాసం, దైవ నిర్ణయం కదర్ పై విశ్వాసం. ఇస్లాం ప్రకారం దేవుడు ఒక్కరే; ఆయనకు భాగస్వాములు లేరు. ఇస్లాం మత ఆచరణకు పునాది అయిన ఐదు స్తంభాలు షహాదా దేవుని ఏకత్వ ప్రకటన, 'అల్లాహ్ తప్ప మరొక దేవుడు లేడు,

ముహమ్మద్ ఆయన ప్రవక్త' అని విశ్వసించడం, సలాత్ నమాజ్ రోజుకు ఐదు సార్లు ప్రార్థన చేయడం, జకాత్ దానం ఆస్తిలో కొంత భాగాన్ని పేదలకు ఇవ్వడం, సౌమ్ ఉపవాసం రంజాన్ నెలలో ఉదయం నుండి సాయంత్రం వరకు ఉపవాసం, హజ్ యాత్ర జీవితంలో ఒకసారి మక్కా కు యాత్ర చేయడం.

ఖురాన్ ముస్లింల పవిత్ర గ్రంథం. ఇది దేవుని ప్రత్యక్ష వాక్యమని విశ్వసిస్తారు. ఇందులో నైతిక బోధనలు, సామాజిక నియమాలు, ఆధ్యాత్మిక సందేశాలు ఉన్నాయి. హదీస్ అంటే ముహమ్మద్ ప్రవక్త మాటలు, క్రియలు, ఆమోదాలు. ఇవి ఖురాన్ వివరణకు తోడ్పడతాయి.

ఇస్లాం ప్రధానంగా రెండు శాఖలుగా విభజించబడింది, సున్నీ, షియా ఈ విభజన ప్రధానంగా ప్రవక్త తరువాత నాయకత్వ వారసత్వంపై ఏర్పడింది. అయినప్పటికీ, ఖురాన్ మరియు ప్రవక్త బోధనల పట్ల గౌరవం రెండు శాఖలకూ సమానంగా ఉంది.

ఇస్లాం మతం, మానవ సమానత్వాన్ని ప్రోత్సహిస్తుంది, వర్ణ, జాతి, వంశ భేదాలను తిరస్కరిస్తుంది, దానధర్మం, సహనం, క్షమాగుణం, నిజాయితీని బోధిస్తుంది, కుటుంబ విలువలకు ప్రాధాన్యం ఇస్తుంది, వడ్డీ వ్యాపారాన్ని నిరుత్సాహపరుస్తుంది. 'మీరు మీ సోదరునికి మీకిష్టమైనదే కోరుకోనంత వరకు నిజమైన విశ్వాసి కాలేరు' అనే హదీస్ బోధన మానవ సహోదరత్వాన్ని ప్రతిబింబిస్తుంది.

ఇస్లాం ఆధ్యాత్మిక పార్శ్వాన్ని ప్రతిబింబించే సూఫీ సంప్రదాయం ప్రేమ, భక్తి, దైవానుభూతి మీద దృష్టి సారిస్తుంది. సూఫీ సంతులు మతాల మధ్య సామరస్యాన్ని, ప్రేమను ప్రబోధించారు.

మధ్యయుగాల్లో ఇస్లామిక్ నాగరికత గణితం, ఖగోళ శాస్త్రం, వైద్యశాస్త్రం, తత్వశాస్త్రంలో విశేష పురోగతి సాధించింది. బగ్దాద్, కోర్డోబా వంటి నగరాలు విద్యా కేంద్రాలుగా ఎదిగాయి.

ఇస్లాం ఏడవ శతాబ్దంలోనే వాణిజ్య సంబంధాల ద్వారా భారతదేశానికి చేరింది. తరువాత దిల్లీ సుల్తానులు, మొఘల్ పాలకుల కాలంలో విస్తరించింది. భారతదేశంలో సూఫీ సంతుల ప్రభావం విశేషం.

ఇస్లాం మతము కేవలం ఆచార వ్యవస్థ కాదు, అది సమగ్ర జీవన విధానం. దైవానుసరణ, నైతికత, సామాజిక బాధ్యత, పరలోక అవగాహన ఇవన్నీ కలిసి ఇస్లాం యొక్క అంతరార్థాన్ని నిర్మిస్తాయి. ఇస్లాం బోధించే ప్రధాన సందేశం శాంతి, సమర్పణ, సమానత్వం.

26. జైనమతం

జైనమతం భారతదేశంలోని అత్యంత ప్రాచీన మత సంప్రదాయాలలో ఒకటి. ఇది వేద సంప్రదాయానికి ప్రత్యామ్నాయంగా ఏర్పడిన శ్రమణ సంప్రదాయానికి చెందింది. బౌద్ధమతంతో పాటు జైనమతం కూడా క్రీ.పూ. ఆరవ శతాబ్దంలో గంగానది పరివాహక ప్రాంతంలో బలంగా అభివృద్ధి చెందింది.

జైన సంప్రదాయం ప్రకారం ఈ మతానికి ఆది అంతం లేవు; ఇది అనాది, అనంతమైన ధర్మం. ప్రతి యుగంలో 24 మంది తీర్థంకరులు అవతరించి ధర్మాన్ని బోధిస్తారని జైన విశ్వాసం.'తీర్థంకరుడు' అంటే భవసాగరాన్ని దాటడానికి మార్గం చూపే ఆధ్యాత్మిక గురువు. 24 తీర్థంకరులు, మొదటి తీర్థంకరుడు ఋషభనాథుడు, 23 వ తీర్థంకరుడు పార్శ్వనాథుడు, 24 వ తీర్థంకరుడు మహావీరుడు. ఋషభనాథుడిని కొన్ని పురాణ సంప్రదాయాలు కూడా ప్రస్తావిస్తాయి. పార్శ్వనాథుడు క్రీ.పూ. ఎనిమిదవ శతాబ్దానికి చెందినవాడని కొందరు చరిత్రకారులు భావిస్తారు.

మహావీర స్వామి క్రీ.పూ. 599–527, జననం వైశాలి సమీపంలోని కుండగ్రామంలో జననం, క్షత్రియ వంశం, అసలు పేరు వర్ధమానుడు, 30 వ ఏట సర్వసంగ పరిత్యాగం చేసి సన్యాసం స్వీకరించాడు. 12 సంవత్సరాలపాటు కఠోర తపస్సు చేశాడు.

అతనికి పరిపూర్ణ జ్ఞానం కేవల జ్ఞానం లభించింది. అహింస, అపరిగ్రహ, సత్యం, బ్రహ్మచర్యం, అస్తేయం.

అహింస పరమో ధర్మః, జైనమతంలో అహింస అత్యున్నతమైన సూత్రం. చిన్న జీవులను కూడా హానిచేయకూడదు. అనేకాంత వాదం, సత్యం అనేక కోణాల నుంచి చూడాలి. స్యాద్వాదం, ఏ విషయం కూడా సాపేక్షమైనది. అపరిగ్రహం

ఆస్తి, అధిక స్వార్థాన్ని విడిచిపెట్టడం.మహావ్రతాలు సన్యాసులకు, అహింస, సత్యం, అస్తేయం, బ్రహ్మచర్యం, అపరిగ్రహం. అనువ్రతాలు గృహస్తులకు. ఇవి కొంత సడలింపుతో పాటించవచ్చు.

జైనమతం రెండు ప్రధాన సంప్రదాయాలు కలిగి ఉంది, శ్వేతాంబరులు, దిగంబరులు. శ్వేతాంబర గ్రంథాలు ఆగమాలు, దిగంబర గ్రంథాలు షట్ఖండాగమ, కాసాయపాహుడ. నాలుగు వర్గాలుగా ఉంటుంది సన్యాసులు, సన్యాసినులు, శ్రావకులు గృహస్తులు, శ్రావికులు.

జైనమతం భారతదేశపు శ్రమణ సంప్రదాయాలలో అత్యంత లోతైన తాత్విక వ్యవస్థను అభివృద్ధి చేసిన మతంగా ప్రసిద్ధి చెందింది. ఇది కేవలం మతాచారం కాదు, ఇది ఒక సమగ్ర తత్వశాస్త్రం. జైన తత్వశాస్త్రం జీవం, అజీవం, కర్మ, మోక్షం, సత్య స్వరూపం వంటి అంశాలను విశ్లేషిస్తుంది.

జైన తత్వం ప్రధానంగా మూడు మూలాధారాలపై ఆధారపడి ఉంది, తత్వ సిద్ధాంతం, జ్ఞాన సిద్ధాంతం, నైతిక సిద్ధాంతం. జైన తత్వం ప్రకారం ప్రపంచం శాశ్వతం. దానికి సృష్టికర్త దేవుడు అవసరం లేదు. ఇది అనాది అనంతమైన విశ్వం.

జైన తత్వంలో విశ్వం ఆరు ద్రవ్యాల సమాహారం జీవ ఆత్మ, చైతన్యం కలిగిన ద్రవ్యం. అజీవ చైతన్యం లేనిది. అజీవంలో ఐదు ఉపవర్గాలు, పుద్గల పదార్థం, ధర్మ ద్రవ్యం చలనానికి సహాయక శక్తి, అధర్మ ద్రవ్యం నిలుపుకు సహాయక శక్తి, ఆకాశం, కాలం. ఇవి కలిసి విశ్వాన్ని నిర్మిస్తాయి.

జీవం అనగా ఆత్మ. ప్రతి జీవి సూక్ష్మ కీటకం నుండి మనిషి వరకు ఆత్మ కలిగివుంటుంది. జీవ లక్షణాలు జ్ఞానం, దర్శనం, ఆనందం, శక్తి. జీవం శుద్ధ స్వరూపంలో అనంత జ్ఞానస్వరూపం.

జైన తత్వంలో కర్మ కేవలం నైతిక భావన కాదు; అది సూక్ష్మ పదార్థ రూపంలో జీవానికి అంటుకునే ద్రవ్యం. చెడు ఆలోచనలు, హింస, అసత్యం వంటివి కర్మను ఆత్మకు అంటించాయి. కర్మ రకాలు జ్ఞానావరణ కర్మ, దర్శనావరణ కర్మ, మోహనీయ కర్మ,

ఆయుష్య కర్మ, నామ కర్మ, గోత్ర కర్మ. కర్మ వల్ల జీవి జనన మరణ చక్రంలో చిక్కుకుంటుంది.

మోక్షం అంటే కర్మ బంధనాల నుండి పూర్తిగా విముక్తి. మోక్షానికి మార్గం 'త్రిరత్నాలు' సమ్యగ్ దర్శనం, సమ్యగ్ జ్ఞానం, సమ్యగ్ చరిత్ర. ఈ మూడు కలిసి జీవిని విముక్తి వైపు నడిపిస్తాయి. అనేకాంతవాదం జైన తత్వంలో అత్యంత ప్రసిద్ధ సిద్ధాంతం 'అనేకాంత వాదం'. అర్థం సత్యం అనేక కోణాల నుండి చూడాలి. ఒక వస్తువు ఒక కోణంలో సత్యం, మరో కోణంలో అసత్యం, అంధులు ఏనుగు కథ. ఇది సహన భావనకు తాత్విక పునాది.

స్యాద్వాదం అనేది అనేకాంతవాదానికి భాషా రూపం. 'స్యాత్ అంటే ఒక దృష్టిలో'. ఏ విషయాన్నైనా ఏడు విధాలుగా చెప్పవచ్చు స్యాదస్తి, స్యాద్నాస్తి, స్యాదస్తి నాస్తి, స్యాదవక్తవ్య, స్యాదస్తి అవక్తవ్య, స్యాద్నాస్తి అవక్తవ్య, స్యాదస్తి నాస్తి, అవక్తవ్య. ఇది తార్కిక వ్యవస్థలో ప్రత్యేక స్థానం పొందింది.

జైనమతంలో జ్ఞానం ఐదు రకాలుగా విభజించబడింది, మతి జ్ఞానం ఇంద్రియాల ద్వారా, శ్రుతి జ్ఞానం శాస్త్రాల ద్వారా, అవధి జ్ఞానం, మనఃపర్యాయ జ్ఞానం, కేవల జ్ఞానం పరిపూర్ణ జ్ఞానం. కేవల జ్ఞానం తీర్థంకరుల లక్షణం.

జైనమత నైతికతలో అహింస ప్రధానమైనది. అహింస, మాట, మనసు, కర్మలో హింస లేకపోవడం. అపరిగ్రహం, అధిక ఆస్తి సంపాదనను నివారించడం. తపస్సు ఉపవాసం, స్వీయ నియంత్రణ.

జైనమతంలో సృష్టికర్త దేవుడు లేడు. తీర్థంకరులు సృష్టికర్తలు కాదు, జ్ఞానులు, మార్గదర్శకులు. ఇది జైన తత్వాన్ని నాస్తిక దార్శనిక సంప్రదాయానికి దగ్గర చేస్తుంది.

బౌద్ధమతంతో పోలిక రెండూ శ్రమణ సంప్రదాయం, అహింస ప్రధాన విలువ, కాని బౌద్ధంలో 'అనాత్మ' భావన, జైనంలో 'ఆత్మ' భావన. వేదాంతంతో పోలిక వేదాంతం బ్రహ్మం ఆత్మ ఏకత్వం, జైనం అనేక ఆత్మలు.

జైన తత్వం నేటి ప్రపంచంలో పర్యావరణ సంరక్షణ, శాకాహారం, జంతు హక్కులు, అహింసా రాజకీయాలు. విషయాల్లో ప్రాముఖ్యత పొందుతోంది. లోతైన తార్కిక వ్యవస్థ, కర్మ సిద్ధాంతం యొక్క భౌతికీకరణ, అనేకాంతవాదం ద్వారా సహన భావన, కఠిన నైతిక జీవన విధానం. ఇది కేవలం మతం కాదు, ఇది ఒక సంపూర్ణ జీవన తత్వం.

27. సిక్కు మతం

సిక్కు మతం భారతదేశంలో పంజాబ్ ప్రాంతంలో 15 వ శతాబ్దంలో ఉద్భవించిన ఒక ఏకదైవ మత సంప్రదాయం. ఇది హిందూ, ఇస్లాం మతాల మధ్య సాంస్కృతిక, ఆధ్యాత్మిక సంభాషణల నేపథ్యంలో వెలసింది. సిక్కు మతం మానవ సమానత్వం, ఏకదైవ సిద్ధాంతం, కులవివక్ష నిరాకరణ, సేవా భావం వంటి విలువలను ప్రధానంగా బోధిస్తుంది. 'సిక్కు' అనే పదం సంస్కృతంలోని 'శిష్య' అనే పదం నుండి ఉద్భవించింది. అంటే 'శిష్యుడు లేదా శిక్షణ పొందువాడు' అని అర్థం.

15 వ శతాబ్దంలో ఉత్తర భారతదేశం, రాజకీయ అస్థిరత, మత అసహనం, కులవ్యవస్థ ప్రభావం, హిందూ ముస్లిం సంఘర్షణలు. ఈ నేపథ్యంలో గురు నానక్ దేవ్ సిక్కు మతాన్ని ప్రారంభించారు. గురు నానక్ దేవ్ 1469–1539, జననం 1469 లో తల్వండి ప్రస్తుత నన్కానా సాహిబ్, పాకిస్తాన్. ప్రధాన బోధనలు 'ఏక్ ఓంకార్' ఒక్క దేవుడు, కులవివక్ష వ్యతిరేకం, అంధవిశ్వాసాలకు వ్యతిరేకం, సత్య జీవనం, సేవ సేవా భావం. గురు నానక్ అనేక ప్రాంతాలకు ప్రయాణించి తన బోధనలు ప్రచారం చేశారు. ఆయన బోధనల సారాంశం భక్తి, నీతి, సమానత్వం.

గురు పరంపర, సిక్కు మతంలో మొత్తం 10 మంది గురువులు ఉన్నారు. గురు నానక్, గురు అంగద్, గురు అమర్ దాస్, గురు రామ్ దాస్, గురు అర్జున్ దేవ్, గురు హర్గోవింద్, గురు హర్ రాయ్, గురు హర్ కృష్ణ, గురు తేఘ్ బహాదూర్, గురు గోవింద్ సింగ్. గురు అర్జున్ దేవ్ ఆదిగ్రంథం సంకలనం, గురు హర్గోవింద్ మిరి పిరి సిద్ధాంతం ఆధ్యాత్మిక మరియు రాజకీయ బాధ్యత, గురు తేఘ్ బహాదూర్ మత స్వేచ్ఛ కోసం త్యాగం, గురు గోవింద్ సింగ్ ఖాల్సా స్థాపన 1699.

గురు గ్రంథ్ సాహిబ్, సిక్కుల పవిత్ర గ్రంథం 'గురు గ్రంథ్ సాహిబ్' ఇందులో గురువుల బాణీలు, భక్తి సంతుల కీర్తనలు, ఏకదైవ సందేశం. 1708 లో గురు గోవింద్ సింగ్ తర్వాత 'గురు గ్రంథ్ సాహిబ్' నే శాశ్వత గురువుగా ప్రకటించారు.

ఖాల్సా స్థాపన, 1699 లో గురు గోవింద్ సింగ్ ఖాల్సా పంథ్‌ను స్థాపించారు. ఖాల్సా లక్ష్యం ధర్మ రక్షణ, సమానత్వం, ధైర్యం. ఐదు క్కార్‌లు, కేస్ కత్తిరించని జుట్టు, కంగా దువ్వెన, కడా ఉక్కు కంకణం, కచ్చా ప్రత్యేక వస్త్రం, కిర్పాన్ ఖడ్గం. ఇవి సిక్కు గుర్తింపుకు చిహ్నాలు.

ఏకదైవ సిద్ధాంతం 'ఏక్ ఓంకార్' దేవుడు ఒకటే, రూపరహితుడు. నామ్ సిమ్రన్ దేవుని నామస్మరణ. కీర్తి కరో నిజాయితీగా శ్రమించి జీవనం. వండ్ చక్కో, సంపాదనలో భాగాన్ని పంచుకోవడం. సిక్కు మతం కులవివక్షను ఖండిస్తుంది. లంగర్ వ్యవస్థ. ప్రతి గురుద్వారంలో ఉచిత భోజనం, కుల, మత, లింగ భేదం లేకుండా అందరికీ సమాన సేవ. ఇది సమానత్వానికి ప్రతీక. సిక్కుల ప్రార్థనా స్థలం 'గురుద్వారా'. ప్రధాన గురుద్వారా హర్మందిర్ సాహిబ్ గోల్డెన్ టెంపుల్, అమృత్‌సర్. ఇక్కడ గురు గ్రంథ్ సాహిబ్ ప్రతిష్ఠించబడుతుంది.

సిక్కు మతం మరియు రాజకీయాలు, మొఘల్ కాలంలో సిక్కులు పీడింపబడ్డారు, గురువులు త్యాగం చేశారు. మహారాజా రంజిత్ సింగ్ సిక్కు సామ్రాజ్యాన్ని స్థాపించాడు. ఆధునిక కాలంలో పంజాబ్ రాజకీయాల్లో సిక్కు పాత్ర, ఖలిస్తాన్ ఉద్యమం వివాదాస్పద దశ.

సిక్కు సంస్కృతి, గట్‌కా యుద్ధకళ, కీర్తన సంగీతం, పంజాబీ భాష, తలపాగా పగ్. సిక్కు గుర్తింపు ప్రపంచవ్యాప్తంగా ప్రత్యేకమైనది. సిక్కు మతం యొక్క ప్రాథమిక విలువలు, ధైర్యం, సమానత్వం, సేవ, నిజాయితీ, మత స్వేచ్ఛ రక్షణ. సందేశం 'దేవుని స్మరణతో నిజాయితీ జీవనం గడపాలి; సంపాదనలో భాగాన్ని పంచుకోవాలి, బలహీనులను రక్షించాలి'.

28. యూదమతం

యూదమతం ప్రపంచంలో అత్యంత ప్రాచీన ఏకదైవిక మతాలలో ఒకటి. ఇది కేవలం ఒక మతం మాత్రమే కాదు, ఒక జాతి చరిత్ర, ఒక సంస్కృతి, ఒక ఆధ్యాత్మిక సంప్రదాయం, ఒక నైతిక జీవన విధానం. యూదమత మూలాలు మధ్యప్రాచ్యంలోని ప్రాచీన ఇశ్రాయేలు ప్రజల జీవనంలో ఉన్నాయి.

యూదమత చరిత్రను అర్థం చేసుకోవాలంటే మొదట 'అబ్రాహాం' కథను చూడాలి. యూదుల సంప్రదాయం ప్రకారం అబ్రాహాం క్రీస్తుపూర్వం సుమారు 2000 సంవత్సరాల కాలంలో మెసపొటేమియా ప్రాంతంలో నివసించాడు. దేవుడు అతనికి ప్రత్యక్షమై 'నీ వంశం గొప్ప జాతిగా అవుతుంది' అని వాగ్దానం చేశాడు. ఈ ఒప్పందాన్ని 'కోవెనెంట్' దేవునితో ఒడంబడిక అని అంటారు. ఇదే యూదమతానికి మూలస్థంభం. అబ్రాహాం కుమారుడు ఇసాక్, అతని కుమారుడు జాకబ్ ఇశ్రాయేలు ఈ ముగ్గురిని యూదులు 'పితామహులు' గా గౌరవిస్తారు. జాకబ్ సంతానం పన్నెండు గోత్రాలుగా ఏర్పడి 'ఇశ్రాయేలు ప్రజలు' గా ప్రసిద్ధి చెందారు.

యూదమతంలో అత్యంత ప్రధాన వ్యక్తి మోషే. ఇశ్రాయేలు ప్రజలు ఈజిప్టులో బానిసలుగా ఉన్నప్పుడు మోషే నాయకత్వంలో వారిని విముక్తి పొందేలా చేశాడని యూద సంప్రదాయం చెబుతుంది. ఈ సంఘటనను 'ఎగ్జోడస్' అంటారు.

సీనాయ్ పర్వతంపై దేవుడు మోషేకు 'తోరా' అనే ధర్మశాస్త్రాన్ని ఇచ్చాడని విశ్వసిస్తారు. తోరా యూదమత పవిత్ర గ్రంథాల మొదటి భాగం. ఇందులో ఐదు గ్రంథాలు ఉన్నాయి. జననం, నిర్గమ కాండము, లేవీయ కాండము, సంఖ్యా కాండము, ద్వితీయోపదేశ కాండము. తోరా కేవలం ఆధ్యాత్మిక గ్రంథం కాదు, అది చట్టాల సమాహారం, సామాజిక నియమాలు, ఆచారాలు, నైతిక విలువలు.

యూదమతం యొక్క ప్రాముఖ్యమైన సిద్ధాంతం ఏకదైవం. 'యెహోవా లేదా

యాహ్వే' అనే ఒక్క దేవుడే సృష్టికర్త, పాలకుడు. ఇది ఇతర ప్రాచీన మతాల బహుదైవ భావనలకు భిన్నం. 'షెమా ఇశ్రాయేల్' అనే ప్రార్థన యూదులలో అత్యంత పవిత్రమైనది 'ఓ ఇశ్రాయేలు వినుము, మన దేవుడు యెహోవా ఒక్కడే'. ఈ భావన ప్రపంచ మత చరిత్రలో ఒక గొప్ప మార్పుకు కారణమైంది. తరువాత క్రైస్తవం, ఇస్లాం మతాలపై కూడా దీని ప్రభావం ఉంది.

క్రీస్తుపూర్వం సుమారు 1000 సంవత్సరాల సమయంలో రాజు దావీదు ఇశ్రాయేలు రాజ్యాన్ని స్థాపించాడు. అతని కుమారుడు సొలొమోను జెరూసలేం లో మొదటి దేవాలయాన్ని నిర్మించాడు.

ఈ దేవాలయం యూదుల ఆధ్యాత్మిక కేంద్రంగా నిలిచింది. క్రీస్తుపూర్వం 586 లో బబులోనీయులు జెరూసలేం ను ఆక్రమించి దేవాలయాన్ని ధ్వంసం చేశారు. యూదులు బబులోనుకు బందీలుగా తరలించబడ్డారు. ఈ కాలాన్ని 'బబులోనియన్ ఎగ్జైల్' అంటారు. ఈ నిర్బంధం యూదులలో ఒక కొత్త ఆధ్యాత్మిక చైతన్యాన్ని కలిగించింది. దేవాలయం లేకున్నా మతాన్ని కాపాడే ప్రయత్నం మొదలైంది.

పెర్షియన్ రాజు సైరస్ అనుమతితో యూదులు తిరిగి జెరూసలేం వచ్చి రెండవ దేవాలయాన్ని నిర్మించారు. ఈ కాలంలో యూదమతం మరింత శాస్త్రీయంగా రూపుదిద్దుకుంది. క్రీస్తు శకం 70 లో రోమన్లు రెండవ దేవాలయాన్ని కూడా ధ్వంసం చేశారు. దీని తర్వాత యూదులు ప్రపంచవ్యాప్తంగా చెల్లాచెదురయ్యారు. దీనిని 'డయాస్పోరా' అంటారు.

దేవాలయం లేకపోయిన తరువాత యూదమతం 'రబ్బీ సంప్రదాయం' వైపు మారింది. రబ్బీలు మతపండితులు, శాస్త్రవేత్తలు. వారు తోరా వ్యాఖ్యానాలు చేసి 'తల్ముద్' అనే గ్రంథాన్ని రూపొందించారు.తల్ముద్ రెండు భాగాలుగా ఉంటుంది, మిష్నా, గెమరా. ఇది యూదుల ధర్మశాస్త్రానికి మూలాధారం.

యూదులు అనేక దేశాలలో వివక్షకు గురయ్యారు. మధ్యయుగాల్లో యూరప్‌లో హింసలు జరిగాయి. ముఖ్యంగా రెండవ ప్రపంచ యుద్ధంలో హిట్లర్ నాయకత్వంలో

జరిగిన 'హోలోకాస్ట్' లో లక్షలాది యూదులు హతమయ్యారు. ఈ సంఘటన యూదుల చరిత్రలో ఒక విషాద ఘట్టం.

ఆధునిక ఇశ్రాయేలు రాష్ట్రం, 1948 లో ఇశ్రాయేలు దేశం స్థాపించబడింది. ఇది యూదుల కోసం ఒక స్వతంత్ర దేశం. ఇశ్రాయేలు స్థాపన యూదుల చరిత్రలో ఒక కొత్త అధ్యాయం.

యూదమత ఆచారాలు, శబత్, శనివారం విశ్రాంతి దినం. ఆ రోజు పనులు చేయరు. పాసోవర్. ఈజిప్టు బానిసత్వం నుండి విముక్తిని స్మరించుకునే పండుగ. యోమ్ కిప్పూర్, పాప పరిహార దినం. సున్నతి. అబ్రాహాం ఒడంబడికకు గుర్తుగా ఆచరించే ఆచారం. యూదమతం న్యాయం, కరుణ, ధర్మబద్ధ జీవనం పై దృష్టి పెడుతుంది. 'టిక్కున్ ఒలం' భావన ప్రకారం ప్రపంచాన్ని మెరుగుపరచడం మన బాధ్యత.

యూద మత పంథాలు, ఆర్థడాక్స్, కన్జర్వేటివ్, రీఫార్మ్, రీకన్స్ట్రక్షనిస్ట్. ప్రతి పంథా ఆచారాలలో కొంత భేదం ఉన్నా, తోరా పట్ల గౌరవం సామాన్యంగా ఉంటుంది.

సాంస్కృతిక ప్రభావం, యూదులు విజ్ఞానశాస్త్రం, సాహిత్యం, సంగీతం, ఆర్థిక రంగాలలో విశేష కృషి చేశారు.

ప్రపంచవ్యాప్తంగా యూదుల సంఖ్య తక్కువగానే ఉన్నప్పటికీ, వారి మతం, సంస్కృతి, ఆత్మగౌరవం బలంగా నిలిచాయి. ఇశ్రాయేలు పాలస్తీనా సమస్య ప్రపంచ రాజకీయాల్లో ముఖ్య అంశం.

యూదమతం ఒక ప్రాచీన ఆధ్యాత్మిక సంప్రదాయం. ఇది ఏకదైవ భావనకు పునాది వేసింది. అనేక కష్టాలను ఎదుర్కొన్నప్పటికీ, యూదులు తమ మతాన్ని, సంస్కృతిని కాపాడుకున్నారు. మత చరిత్రలో యూదమతం ఒక ప్రత్యేక స్థానాన్ని సంపాదించింది. ఇది కేవలం ఒక మతం కాదు ఒక జీవన విధానం, ఒక ధర్మ మార్గం, ఒక చరిత్ర ప్రయాణం.

29. షింటో మతం

షింటో జపాన్ దేశానికి చెందిన ప్రాచీన మత సంప్రదాయం. 'షిన్' అంటే దేవతలు లేదా దైవిక శక్తులు, 'టో' అంటే మార్గం. అందువల్ల షింటో అంటే 'దేవతల మార్గం' అని అర్థం. ఇది ఒక వ్యవస్థీకృత మతం కంటే ఎక్కువగా ఒక జీవన విధానం, ప్రకృతి పట్ల గౌరవం, పితృపూజ, స్థానిక దైవాల ఆరాధనల సమాహారం.

షింటోకు ఒక స్థాపకుడు లేడు, ఒకే పవిత్ర గ్రంథం లేదు, ఒకే సిద్ధాంత వ్యవస్థ కూడా లేదు. ఇది జపాన్ ప్రజల సాంస్కృతిక, ఆధ్యాత్మిక, సామాజిక జీవనంతో సహజంగా పెరిగిన సంప్రదాయం.

షింటో మూలాలు జపాన్ ద్వీపాలలో వేల సంవత్సరాల క్రితం జీవించిన ఆదిమ గోత్రాల విశ్వాసాలలో ఉన్నాయి. ప్రకృతి శక్తులు పర్వతాలు, నదులు, అడవులు, గాలి, సూర్యుడు, చంద్రుడు ఇవన్నీ పవిత్రమైనవిగా భావించబడ్డాయి.

క్రీ.శ. ఎనిమిదవ శతాబ్దంలో 'కోజికి, నిహోన్ షోకి' అనే గ్రంథాలు రచించబడ్డాయి. ఇవి జపాన్ సృష్టి పురాణాలను, దేవతల వంశావళిని వివరించాయి. ఈ గ్రంథాల ప్రకారం ప్రపంచ సృష్టి దేవతలైన ఇజనాగి, ఇజనామి ద్వారా జరిగిందని చెబుతారు.జపాన్ చక్రవర్తుల వంశం సూర్యదేవత 'అమాతెరాసు' నుండి ఉద్భవించిందని విశ్వాసం ఉంది. అందువల్ల చక్రవర్తిని దైవిక వంశానికి చెందినవాడిగా గౌరవించారు.

షింటో తత్వంలో అత్యంత ప్రధానమైన పదం 'కామి' . కామి అంటే దేవతలు మాత్రమే కాదు, ప్రకృతి శక్తులు, పర్వతాలు, చెట్లు, పితృపురుషులు, అసాధారణ వ్యక్తులు ఇవన్నీ కామిగా భావించబడవచ్చు.

కామి అనేవి సర్వవ్యాపక శక్తులు. అవి మంచిని, చెడును రెండింటినీ కలిగి ఉండవచ్చు. షింటోలో దేవుడు ఒకే రూపంలో ఉండడు, అనేక కాములు ఉంటాయి.

ప్రధాన దేవతలు, అమాతెరాసు సూర్యదేవత, జపాన్ రాజవంశానికి మూలం. సుసానోఓ సముద్రం మరియు తుఫానుల దేవుడు. త్సుకుయోమి చంద్రదేవుడు. ఇనారి వ్యవసాయం మరియు సంపదకు సంబంధించిన కామి. ఈ దేవతల కథలు జపాన్ సాహిత్యంలో, కళల్లో, పండుగల్లో ప్రతిబింబిస్తాయి.

దేవాలయాలు, షింటో ఆరాధన కేంద్రాలను 'జింజా' అంటారు. ఇవి ప్రకృతి మధ్యలో, అడవులలో లేదా గ్రామాల వద్ద ఉంటాయి. దేవాలయ ప్రవేశ ద్వారం వద్ద ఉండే ప్రత్యేక గేటును 'టోరీ' అంటారు. ఇది పవిత్ర ప్రదేశంలోకి ప్రవేశాన్ని సూచిస్తుంది. దేవాలయాలలో విగ్రహాలు ఉండకపోవచ్చు; కామి ఆత్మలు అక్కడ నివసిస్తాయని నమ్మకం.

ఆచారాలు మరియు శుద్ధి, షింటోలో 'పవిత్రత' ముఖ్యమైన భావన. అపవిత్రత నుండి శుద్ధి కావడానికి ప్రత్యేక ఆచారాలు చేస్తారు. నీటితో చేతులు కడగడం, ఉప్పు ఉపయోగించడం, పూజారులు చేసే శుద్ధి కర్మలు. ఈ ఆచారాలు మనసు, శరీరాన్ని పవిత్రంగా ఉంచడాన్ని సూచిస్తాయి.

పండుగలు, షింటోలో పండుగలకు ముఖ్య స్థానం ఉంది. ప్రతి గ్రామానికి, నగరానికి తమ కామికి సంబంధించిన పండుగ ఉంటుంది. వసంత పండుగలు పంటల కోసం ప్రార్థనలు, శరదృతు పండుగలు పంట కోతకు కృతజ్ఞతలు, నూతన సంవత్సర వేడుకలు. ఈ పండుగలు సామాజిక ఐక్యతను పెంచుతాయి.

బౌద్ధమత ప్రభావం, ఆరవ శతాబ్దంలో బౌద్ధమతం జపాన్‌కు వచ్చింది. షింటో మరియు బౌద్ధం పరస్పర ప్రభావంతో కలిసిపోయాయి. అనేక దేవాలయాలు రెండు సంప్రదాయాలను కలిపి ఆచరించాయి. 19 వ శతాబ్దంలో మేజీ పునరుద్ధరణ కాలంలో షింటోను జాతీయ మతంగా ప్రకటించి బౌద్ధం నుండి వేరు చేశారు. దీనిని 'స్టేట్ షింటో' అంటారు.

స్టేట్ షింటో మరియు రాజకీయాలు, మేజీ కాలంలో చక్రవర్తిని దైవంగా ప్రకటించి జాతీయ ఐక్యత కోసం షింటోను ఉపయోగించారు. ఇది జపాన్ జాతీయతకు ఆధారం

అయింది. రెండవ ప్రపంచ యుద్ధం తర్వాత స్టేట్ షింటో వ్యవస్థ రద్దయింది. చక్రవర్తి తన దైవత్వాన్ని త్యజించాడు.

తత్వశాస్త్రం, షింటోలో కఠినమైన సిద్ధాంత వ్యవస్థ లేదు. ప్రధాన భావనలు, ప్రకృతి పట్ల గౌరవం, పితృపూజ, సమాజానికి విధేయత, పవిత్రత. ఇది నైతిక జీవనాన్ని ప్రోత్సహిస్తుంది కాని పాప-పుణ్యాల కఠిన భావన లేదు.

ఇప్పటికీ జపాన్ ప్రజలలో చాలా మంది షింటో ఆచారాలను పాటిస్తారు. జననాలు, వివాహాలు షింటో పద్ధతిలో జరుగుతాయి. అంత్యక్రియలు సాధారణంగా బౌద్ధ సంప్రదాయంలో జరుగుతాయి. షింటో మతం జపాన్ సంస్కృతిలో ఒక అంతర్భాగం. ఇది ఒక విశ్వాస వ్యవస్థ కంటే ఎక్కువగా ఒక సాంస్కృతిక గుర్తింపు.

స్టేట్ షింటో కాలంలో మతాన్ని రాజకీయ ప్రయోజనాలకు ఉపయోగించడం, ఆధునికత కారణంగా యువతలో ఆసక్తి తగ్గడం, ప్రపంచీకరణ ప్రభావం. అయినప్పటికీ షింటో సంప్రదాయాలు పండుగల ద్వారా, కళల ద్వారా కొనసాగుతున్నాయి.

షింటో యొక్క ప్రత్యేకత, స్థాపకుడు లేని మతం, ఒకే గ్రంథం లేని సంప్రదాయం, ప్రకృతి ఆరాధనకు ప్రాముఖ్యత, జాతీయ సంస్కృతితో ముడిపడిన ఆధ్యాత్మికత. జపాన్ ప్రజల ఆత్మలో నాటుకుపోయిన సంప్రదాయం. ఇది ప్రకృతిని దైవంగా చూడటాన్ని, పవిత్రతను, సామాజిక ఐక్యతను ప్రతిబింబిస్తుంది. మత చరిత్రలో షింటో ఒక ప్రత్యేక ఉదాహరణ అది ఒక సిద్ధాంతపరమైన వ్యవస్థ కంటే, ఒక జీవనశైలి. జపాన్ సంస్కృతిని అర్థం చేసుకోవాలంటే షింటోను అర్థం చేసుకోవాలి.

30. తావోమతం

తావోమతం / దావోమతం చైనాకు చెందిన ప్రాచీన తత్వ మత సంప్రదాయం. 'తావో' అనే పదానికి 'మార్గం, ప్రకృతి యొక్క సహజ నడత, సర్వసృష్టిని నియంత్రించే మూలసూత్రం' అనే అర్థాలు ఉన్నాయి. తావో మతం కేవలం మతం కాదు, అది ఒక జీవన విధానం, ఒక ఆత్మపరిశీలన పథం, ఒక ప్రకృతి సమన్వయ తత్వం.

తావోమతం ప్రధానంగా లావోజి అనే మహర్షితో సంబంధించబడింది. ఆయన రచించినట్లు భావించే 'దావో దే జింగ్' ఈ సంప్రదాయానికి ప్రాథమిక గ్రంథం.

క్రీ.పూ. ఆరవ శతాబ్దం కాలంలో చైనాలో సామాజిక రాజకీయ కల్లోలాలు జరిగాయి. ఈ నేపథ్యంలో లావోజి తావో తత్వాన్ని ప్రతిపాదించాడు. అతని బోధనలు కఠిన నియమాలకు వ్యతిరేకంగా, సహజత్వానికి అనుకూలంగా ఉన్నాయి. తరువాత జ్వాంగ్జి అనే తత్వవేత్త తావో భావనను మరింత విస్తరించాడు. అతని రచనలు జీవన స్వేచ్ఛ, సహజత్వం, ఆత్మస్వభావం పై దృష్టి సారించాయి.

'తావో' భావన, తావో అనేది నిర్వచించలేని పరమ సూత్రం. దావో దే జింగ్ మొదటి వాక్యం ఇలా చెబుతుంది, 'చెప్పగల తావో శాశ్వత తావో కాదు' అంటే తావోను మాటలతో పూర్తిగా వివరించడం అసాధ్యం. అది సృష్టి యొక్క మూలశక్తి, ప్రకృతి యొక్క సహజ ప్రవాహం.

'దే' మరియు 'వు-వే' దే ధర్మం లేదా గుణం. తావోను అనుసరించి జీవించడం వల్ల కలిగే ఆత్మగుణం. వు వే 'చేయక చేయడం లేదా ప్రకృతి సహజ ప్రవాహానికి విరుద్ధంగా పోరాడకపోవడం' వు-వే భావన ప్రకారం మనం ప్రకృతి ప్రవాహానికి అనుగుణంగా ఉండాలి బలవంతపు చర్యలు కలహాలను తెస్తాయి.

యిన్ యాంగ్ సిద్ధాంతం, తావో తత్వంలో 'యిన్ మరియు యాంగ్' అనే ద్వంద్వ శక్తులు ముఖ్యమైనవి. యిన్ చీకటి, మృదుత్వం, స్త్రీత్వం, శాంతి, యాంగ్ వెలుగు, శక్తి,

పురుషత్వం, చురుకుదనం. ఈ రెండు శక్తులు పరస్పరం విరుద్ధమైనప్పటికీ పరస్పరం ఆధారపడినవి. సమతుల్యతే జీవన సారం.

తావో సంప్రదాయంలో ఐదు మూలకాలు, చెట్టు, అగ్ని, భూమి, లోహం, నీరు. ఇవి ప్రకృతి చక్రాన్ని సూచిస్తాయి. చైనా వైద్యశాస్త్రం, జ్యోతిష్యం, యుద్ధకళలు ఈ సిద్ధాంతంపై ఆధారపడ్డాయి. మతరూప తావోమతం, తావో తత్వం కాలక్రమేణా మతరూపం దాల్చింది. దేవాలయాలు, పూజారులు, దేవతల ఆరాధన ఏర్పడ్డాయి. ప్రధాన దేవతలు జేడ్ చక్రవర్తి, తావో దేవతల త్రయం, అమరులైన మహర్షులు. అమరత్వ సాధన తావోమతంలో ఒక ముఖ్య లక్ష్యం.

ఆచారాలు మరియు సాధనలు, ధ్యానం, శ్వాసాభ్యాసాలు,తై చీ, కిగోంగ్, ఇవి శరీర మనసు సమతుల్యతను పెంచుతాయి. చీ అనే ప్రాణశక్తి ప్రవాహం ఆరోగ్యానికి ముఖ్యమని భావిస్తారు. తావో తత్వం సాధారణంగా రాజకీయ జోక్యానికి వ్యతిరేకం. మంచి పాలకుడు ప్రజలపై బలవంతం చేయకుండా సహజంగా పరిపాలించాలి అని లావోజి చెప్పాడు.

బౌద్ధం మరియు కన్ఫ్యూషియనిజంతో సంబంధం, చైనాలో మూడు ప్రధాన సంప్రదాయాలు, తావోమతం, కన్ఫ్యూషియనిజం, బౌద్ధం. ఇవి పరస్పరం ప్రభావం చూపుకున్నాయి. తావోమతం ప్రకృతి ఆత్మ సంబంధంపై దృష్టి పెట్టగా, కన్ఫ్యూషియనిజం సామాజిక క్రమశిక్షణపై దృష్టి పెట్టింది.

విమర్శలు, నిర్వచన అస్పష్టత, మూఢనమ్మకాల మిశ్రమం, అమరత్వ సాధనలో అతి అయినా తావోమతం జీవన సరళతను, సహజత్వాన్ని ప్రోత్సహించింది. ఆధునిక స్థితి, ఇప్పటికీ చైనా, తైవాన్, హాంకాంగ్ ప్రాంతాలలో తావో ఆచారాలు కొనసాగుతున్నాయి. తై చీ, యిన్ యాంగ్ సిద్ధాంతాలు ప్రపంచవ్యాప్తంగా ప్రాచుర్యం పొందాయి. ఆధునిక యుగంలో తావో తత్వం ఒత్తిడి జీవనశైలికి ప్రత్యామ్నాయం గా నిలుస్తోంది.

తావోమతం ప్రత్యేకత, సహజత్వానికి ప్రాముఖ్యత, కఠిన నియమాలకు వ్యతిరేకత, సమతుల్యత సిద్ధాంతం, ధ్యాన ఆరోగ్య సాధనల సమాహారం. తావోమతం ప్రకృతిని గురువుగా చూసే తత్వం. ఇది మానవుడు ప్రకృతితో సమన్వయంగా జీవించాలనే సందేశం ఇస్తుంది. 'బలవంతం కాదు సహజ ప్రవాహం' అనే సందేశం ఆధునిక సమాజానికి కూడా ప్రాసంగికం.

మత చరిత్రలో తావోమతం ఒక శాంతి, సమతుల్యత, సహజత్వ మార్గాన్ని సూచించిన గొప్ప సంప్రదాయం.

31. జరోస్ట్రియనిజం / పార్సీ మతం

జరోస్ట్రియనిజం ప్రపంచంలోని అత్యంత ప్రాచీన ఏకదైవిక మతాలలో ఒకటి. ఇది ప్రాచీన ఇరాన్ పర్షియా ప్రాంతంలో ఆవిర్భవించింది. ఈ మతానికి స్థాపకుడు జరథుస్త్రుడు. ఆయన బోధనలు మానవ నైతికత, సత్యం, అసత్యం మధ్య పోరాటం, ధర్మపాలనపై ఆధారపడి ఉన్నాయి.భారతదేశంలో ఈ మతాన్ని అనుసరించే ప్రజలను 'పార్సీలు' అని అంటారు. వారు ఇరాన్ నుండి వలస వచ్చి భారతదేశంలో స్థిరపడ్డారు.

జరథుస్త్రుడు క్రీ.పూ. 1500–1000 మధ్య కాలంలో జీవించినట్లు భావిస్తారు. ఆయన ప్రాచీన ఇరాన్‌లో జన్మించాడు. చిన్నప్పటి నుంచే ఆధ్యాత్మిక చింతనలో మునిగిపోయిన ఆయన, సుమారు 30 ఏళ్ల వయసులో దైవ దర్శనం పొందినట్లు సంప్రదాయం చెబుతుంది.ఆ దర్శనంలో 'అహుర మజ్దా' అనే పరమదేవుడు ఆయనకు ప్రత్యక్షమై, సత్యమార్గాన్ని ప్రజలకు బోధించమని ఆజ్ఞాపించాడు. అప్పటి సమాజంలో ఉన్న బహుదైవారాధన, యజ్ఞబలి వంటి ఆచారాలకు వ్యతిరేకంగా ఆయన ఒక నైతిక ఏకదైవ సిద్ధాంతాన్ని ప్రతిపాదించాడు.

ప్రధాన దేవుడు అహుర మజ్దా. ఆయన సర్వజ్ఞుడు, సత్యస్వరూపుడు, సృష్టికర్త. ఆయనకు విరుద్ధంగా 'అంగ్ర మైన్యు' అనే దుష్టశక్తి ఉంది. ఈ మతం ప్రకారం ప్రపంచం సత్యం మరియు అసత్యం మధ్య పోరాటభూమి. మానవుడు తన ఆలోచనలు, మాటలు, కర్మల ద్వారా సత్యపక్షాన్ని బలపరచాలి.

నైతిక మూలసూత్రాలు మంచి ఆలోచనలు, మంచి మాటలు, మంచి పనులు, ఈ మూడు సూత్రాలు మానవుని నైతిక జీవనానికి మార్గదర్శకాలు. పవిత్ర గ్రంథం అవేస్తా. ఇందులో గాథాలు జరథుస్త్రుని స్వయంగా రచించినట్లు భావించే స్తోత్రాలు, యశ్నా, విస్పరద్, వెండిదాద్, గాథాలు అత్యంత ప్రాచీన భాగాలు, తత్వసారాన్ని ప్రతిబింబిస్తాయి.

అగ్ని పవిత్రతకు ప్రతీక. అగ్ని దేవుడు కాదు, కాని అహుర మజ్దా సత్యప్రకాశానికి చిహ్నం. అందుకే జరోస్త్రియన దేవాలయాలను 'అగ్ని మందిరాలు' అంటారు. అగ్ని శాశ్వతంగా వెలిగిస్తూ ఉంటారు. ఇది ధర్మజ్యోతి సూచిస్తుంది.

మనిషి మరణించిన తర్వాత అతని ఆత్మ 'చిన్వత్ వంతెన' వద్ద తీర్పు పొందుతుంది. మంచి పనులు చేసినవారు స్వర్గానికి చేరతారు, చెడు చేసినవారు దుష్టలోకానికి వెళ్తారు.చివరికి సత్యం విజయం సాధించి ప్రపంచం శుద్ధి చెందుతుందని విశ్వాసం. నవజోత్ పిల్లవాడు మతంలో ప్రవేశించే ప్రారంభ వేడుక, సుద్రే మరియు కుస్తీ పవిత్ర వస్త్రాలు, నవరోజ్ పర్షియన్ నూతన సంవత్సరం పండుగ, జరోస్త్రియనులు శరీరాన్ని పవిత్రంగా ఉంచడానికి ప్రత్యేక శుద్ధి నియమాలు పాటిస్తారు.

భూమి, అగ్ని, నీరు పవిత్రమైనవని భావించి శవాన్ని దహనం చేయరు లేదా భూమిలో పాతరు. శవాలను 'దఖ్మా' పై ఉంచి ప్రకృతికి అప్పగిస్తారు. ఇది ప్రకృతి కాలుష్యాన్ని నివారించడమే లక్ష్యం.

ఏడవ శతాబ్దంలో ఇస్లాం ప్రభావంతో పర్షియాలో జరోస్త్రియనులు ఒత్తిడికి గురయ్యారు. అనేకులు భారతదేశానికి వలస వచ్చి గుజరాత్ ప్రాంతంలో స్థిరపడ్డారు. వీరినే 'పార్సీలు' అంటారు. భారతదేశంలో పార్సీలు వ్యాపారం, పరిశ్రమ, విద్యారంగాలలో గొప్ప కృషి చేశారు.

కఠిన కులవ్యవస్థ లేదు. సమాజంలో సమానత్వానికి ప్రాధాన్యం ఉంది. మహిళలకు కూడా గౌరవ స్థానం ఉంది. పండితుల అభిప్రాయం ప్రకారం స్వర్గం నరకం, దేవదూతలు, శైతాను వంటి భావనలు తరువాతి యూద, క్రైస్తవ, ఇస్లాం మతాలపై ప్రభావం చూపినట్లు భావిస్తారు. వలసలు, మతాంతర వివాహాలపై కఠిన నియమాలు, జనాభా తగ్గుదల, ప్రస్తుతం జరోస్త్రియనుల సంఖ్య ప్రపంచవ్యాప్తంగా చాలా తక్కువ.

ఇరాన్, భారత్, అమెరికా, యూరప్ ప్రాంతాలలో కొద్దిమంది అనుచరులు ఉన్నారు. భారతదేశంలో ముంబైలో పార్సీ సమాజం ప్రముఖంగా ఉంది. సమాజం చిన్నదైనా, విద్య, పరిశ్రమ, సేవా కార్యక్రమాలలో వారి పాత్ర విశేషం. సత్యం అసత్యం

మధ్య నైతిక పోరాటం, మంచి ఆలోచన మాట పని సూత్రం, అగ్ని పవిత్రత, సమానత్వ భావన. ఇదొక ప్రాచీన మత సంప్రదాయం. ఇది నైతిక జీవనానికి ప్రాధాన్యం ఇచ్చింది. సత్యపథంలో నడవడం ద్వారా ప్రపంచాన్ని మెరుగుపరచాలనే సందేశం ఇచ్చింది. ప్రస్తుతం అనుచరులు తక్కువగా ఉన్నప్పటికీ, ఈ మతం మానవ చరిత్రలో ఒక ముఖ్యమైన ఆధ్యాత్మిక దశను సూచిస్తుంది.

32. జిడ్డు కృష్ణమూర్తి

భారతదేశ ఆధ్యాత్మిక చరిత్రలో, సంప్రదాయాలను సవాలు చేస్తూ, మనిషి అంతర్ముఖ ప్రపంచాన్ని కొత్త కోణంలో చూడమని పిలుపునిచ్చిన మహోన్నత తత్త్వవేత్తలలో జిడ్డు కృష్ణమూర్తి స్థానం విశిష్టమైనది. ఆయన జీవితం ఒక సాధారణ వ్యక్తి నుండి ప్రపంచ ఆలోచనా దిశను ప్రభావితం చేసిన మేధావిగా ఎదిగిన ఆధ్యాత్మిక ప్రయాణం.

బాల్యం ఒక అనూహ్య ఆరంభం 1895 మే 11 న ఆంధ్రప్రదేశ్‌లోని మదనపల్లెలో జన్మించిన కృష్ణమూర్తి చిన్ననాటి జీవితం సాధారణంగానే సాగింది. చిన్న వయస్సులోనే తల్లి మరణం, కుటుంబ పరిస్థితుల మార్పులు ఆయనలో ఒక నిశ్శబ్ద ఆత్మాన్వేషణకు దారితీశాయి. చెన్నై సమీపంలోని ఆడియార్‌లో ఆయన జీవితం ఒక కీలక మలుపు తిరిగింది.

థియోసాఫికల్ సమాజం ప్రపంచ గురువు గా అభిషేకం. ఆ సమయంలో ప్రముఖ ఆధ్యాత్మిక సంస్థ అయిన థియోసాఫికల్ సొసైటీ సభ్యులు ఆయనను 'ప్రపంచ గురువు'గా ప్రకటించారు. ఆ సంస్థలో ప్రముఖురాలైన అన్నెబి సెంట్ ఆయనను దత్తత తీసుకుని ప్రపంచానికి సిద్ధం చేశారు. ఆయన చుట్టూ ఒక ఆధ్యాత్మిక ఉద్యమం నిర్మించబడింది. అయితే, ఈ దశలోనే కృష్ణమూర్తి మనసులో ఒక ప్రశ్న తలెత్తింది 'సత్యం ఎక్కడుంది, దానిని ఎవరు ఇవ్వగలరు? సత్యం ఒక మార్గరహిత భూమి'

1929 లో ఆయన ఒక చారిత్రక ప్రకటన చేశారు. 'సత్యం ఒక మార్గరహిత భూమి' ఈ ప్రకటనతో ఆయన తనను 'ప్రపంచ గురువు' గా ప్రకటించిన వ్యవస్థను రద్దు చేశారు. ఆయన సందేశం స్పష్టంగా ఉండేది సత్యాన్ని ఎవరు మీకు ఇవ్వలేరు. మీరు స్వయంగా దానిని తెలుసుకోవాలి.

ఆయన ఎలాంటి మతాన్ని, గురుత్వాన్ని, సిద్ధాంతాన్ని అంగీకరించలేదు. ఆయన దృష్టిలో ప్రతి సిద్ధాంతం మనిషిని బంధించే గొలుసే. ఆయన తత్త్వం అవగాహన, పరిశీలన, విముక్తి కృష్ణమూర్తి బోధనలలో ప్రధానంగా మూడు అంశాలు కనిపిస్తాయి, స్వీయ అవగాహన, మనసులోని ఆలోచనలు, భయాలు, ఆశలు, అసూయ, కోపం ఇవన్నీ మనసులోనే పుడతాయి. వాటిని నిరోధించకూడదు, విమర్శించకూడదు, కేవలం గమనించాలి.

పరిశీలనలో విప్లవం ఆయన చెప్పినది, గమనించే వ్యక్తి, గమనింపబడే భావం రెండూ వేరే కావు. మన కోపాన్ని గమనించేటప్పుడు, గమనించే మనమే ఆ కోపం. మానసిక స్వేచ్ఛ మానసిక స్వేచ్ఛ లేకపోతే, సమాజ స్వేచ్ఛ అసంభవం. మనిషి సంప్రదాయాల బంధనంలో ఉంటే, అతను నిజంగా స్వతంత్రుడు కాదు.

విద్యా రంగంలో ఆయన సేవ కృష్ణమూర్తి ప్రపంచవ్యాప్తంగా పలు విద్యాసంస్థలను స్థాపించారు. ఆయన విద్యా విధానం ఇలా ఉండేది భయరహిత విద్య, పోలికలు లేని అభ్యాసం, స్వతంత్ర ఆలోచన, ప్రకృతితో అనుసంధానం. 'విద్య అంటే కేవలం ఉద్యోగం కోసం కాదు, జీవితం మొత్తం అర్థం చేసుకోవడానికి'

కృష్ణమూర్తి దృష్టిలో మతం అంటే కట్టుబాట్ల సమాహారం కాదు. మతం అంటే అంతర్ముఖ పరిశీలన. ఆయన జాతీయతను కూడా ప్రశ్నించారు. 'జాతీయతే యుద్ధాలకు మూలం' అని ఆయన పేర్కొన్నారు. అయితే ఆయన ఏ సిద్ధాంతాన్నీ బలవంతంగా నెత్తిన మోపలేదు. ఆయన పద్ధతి ప్రశ్నించడం, ఆలోచించడం, స్వయంగా గ్రహించడం.

బుద్ధుని స్ఫూర్తి కాని సంపూర్ణ అనుకరణ కాదు. ఆయన బోధనలు చాలా వారకు బుద్ధుని బోధనలను స్మరింపజేస్తాయి. ఆయన దృష్టిలో 'సత్యం' ఎటువంటి మతానికి పరిమితం కాదు.

ఆయన దేహం పరమపదించినా, ఆయన ఆలోచనలు ప్రపంచవ్యాప్తంగా ఇంకా చర్చనీయాంశంగా ఉన్నాయి. సత్యం బయట కాదు, అది మన అంతర్ముఖంలో ఉంది. గురువు అవసరం లేకుండా, మతబంధనం లేకుండా, భయరహితంగా, మనస్సును

పరిశీలిస్తూ జీవించడం ఇదే ఆయన చూపిన మార్గం. ఆయన జీవితం ఒక ఆధ్యాత్మిక విప్లవం. ఆయన తత్త్వం ఒక మానసిక విముక్తి. ఆయన సందేశం మనిషి తనను తాను తెలుసుకుంటే, ప్రపంచం మారుతుంది.

33. ఆధునిక ప్రవచనకర్తలపై విశ్వాసము మరియు విమర్శలు

ప్రతి మత సంప్రదాయంలోనూ కాలానుగుణంగా ప్రవక్తలు, సంతులు, ఆచార్యులు, గురువులు, మౌలానాలు, పాస్టర్లు, స్వాములు, ఆధ్యాత్మిక నాయకులు ఉద్భవిస్తూనే ఉంటారు. ప్రాచీన కాలంలో మత స్థాపకులుగా నిలిచిన మహనీయుల తరువాత, ఆధునిక కాలంలో ఈ నాయకులు ప్రధానంగా ఆధ్యాత్మిక మార్గదర్శకులుగా, సంస్కరణవాదులుగా, కొన్ని సందర్భాల్లో మత రాజకీయ ప్రభావశీలులుగా ఎదిగారు. సమాజంలో వీరిపై రెండు ప్రధాన ప్రతిస్పందనలు కనిపిస్తాయి, గాఢ విశ్వాసం మరియు తీవ్ర విమర్శ.

ఆధునిక పరిస్థితులు ఆధ్యాత్మిక వెతుకులాట. వేగవంతమైన జీవనశైలి, మానసిక ఒత్తిడి, కుటుంబ వ్యవస్థ మార్పులు, సాంకేతిక విప్లవం, ఇవన్నీ కలిసి వ్యక్తిలో ఆత్మశాంతి కోసం వెతుకులాటను పెంచాయి. ఈ సందర్భంలో ప్రవచనకర్తలు జీవితానికి అర్థం చెప్పే మార్గదర్శకులుగా, సమస్యల సమయంలో ధైర్యం నింపే ఉపదేశకులుగా, సమాజసేవ ద్వారా నమ్మకం కలిగించే నాయకులుగా ఎదుగుతున్నారు. చాలామంది ఆధునిక మత నాయకులు పాఠశాలలు, ఆసుపత్రులు, అనాథాశ్రమాలు, దాన కార్యక్రమాలు నిర్వహిస్తూ సేవా కార్యక్రమాలు చేపడుతున్నారు. పురాతన గ్రంథాలను సులభ భాషలో వివరించి ప్రజలలో ఆకర్షణ పొందుతున్నారు. కొంతమంది భక్తులు తమ జీవితంలో నిజమైన మార్పు వచ్చిందని అనుభవిస్తారు.

విశ్వాసం ఎందుకు పెరుగుతోంది? ఆధ్యాత్మిక ధైర్యం, బాధల్లో ఉన్నప్పుడు ఓదార్పు. సామాజిక బంధం సంఘంగా కలుసుకునే వేదిక. నైతిక మార్గదర్శకం, కుటుంబ సామాజిక విలువల బలపరిచడం. వ్యక్తిగత అనుభవాలు ధ్యానం, ఉపవాసం, సేవ ద్వారా శాంతి అనుభవం. ఇలాంటి అంశాలు ప్రజల్లో గాఢ విశ్వాసాన్ని పెంచుతాయి.

విమర్శలు కూడా ఉత్పన్నమవుతాయి, వ్యక్తిపూజ, గురువు మాటే అంతిమ సత్యమని భావించడం. ఆర్థిక దుర్వినియోగం, విరాళాల పారదర్శకత లేకపోవడం. అద్భుతాల ప్రచారం, శాస్త్రీయ ఆధారాలు లేని వాగ్దానాలు. మత, రాజకీయ కలయిక, సామాజిక విభేదాలకు దారి తీసే వ్యాఖ్యలు. అనుచరులపై నియంత్రణ, కుటుంబ సమాజ సంబంధాలను దూరం చేయించడం.

నిజమైన ఆధ్యాత్మికతకు ప్రమాణాలు, ఆధ్యాత్మికత తర్కం, నైతికత, సమానత్వం అనే విలువలపై నిలబడాలి. అంధ విశ్వాసం కాదు, పరిశీలించి, అనుభవించి, సత్యమని తెలిసినదాన్ని మాత్రమే స్వీకరించాలి.

ప్రజల భక్తిని దుర్వినియోగం చేసుకునే నకిలీ గురువులు కూడా ఉంటారు. కాబట్టి అద్భుతాల పేరుతో డబ్బు వసూలు చేస్తే జాగ్రత్త. తమను దేవుడిగా ప్రకటిస్తే అప్రమత్తం. ప్రశ్నలు అడగకుండా అంధంగా అనుసరించమంటే దూరంగా ఉండాలి. కుటుంబం సమాజం నుండి వేరుచేసే బోధనలు ప్రమాదకరం. చట్టవిరుద్ధ కార్యకలాపాలు ఉంటే వెంటనే అధికారులకు సమాచారం ఇవ్వాలి. ఆధ్యాత్మిక మార్గదర్శకుడు వినయంతో ఉండాలి, పారదర్శకత పాటించాలి, సమానత్వాన్ని గౌరవించాలి, ప్రశ్నలకు సమాధానం చెప్పగలగాలి.

అందరూ ప్రవచనకర్తలు మోసగాళ్లు కాదు, అలాగే అందరూ మహనీయులు కూడా కాదు. భక్తి ఉండాలి, కాని వివేకంతో కూడిన భక్తి. విమర్శ ఉండాలి, కాని న్యాయబద్ధమైన పరిశీలనతో కూడిన విమర్శ.

ఆధునిక సమాజంలో ఆధ్యాత్మిక మార్గదర్శకులు అవసరం. కాని వారు మానవ విలువలు, నైతికత, సమానత్వం, తర్కం అనే ప్రమాణాలను పాటించాలి. ప్రజలు కూడా అంధ విశ్వాసం కాకుండా జాగ్రత్తగా, వివేకంతో నిర్ణయాలు తీసుకోవాలి. నిజమైన ఆధ్యాత్మికత మనసును విముక్తి చేయాలి, బంధించకూడదు.

34. మతాల వారీగా ఆధునిక ప్రవచనకర్తలు

హిందూ సంప్రదాయం యోగ, ధ్యానం, వేదాంతం, భక్తి ఉద్యమాల ఆధునిక రూపాలను ప్రచారం చేసే స్వాములు, గురువులు విస్తరించారు. కొంతమంది ప్రపంచవ్యాప్తంగా యోగ ప్రచారం, సాంస్కృతిక పునరుజ్జీవనం, సామాజిక సేవ చేస్తున్నారు.

ఇస్లాం ఇస్లామిక్ పండితులు, మౌలానాలు, ధార్మిక ఉపన్యాసకులు ఖురాన్ వ్యాఖ్యానం, సామాజిక నీతి బోధన, సమకాలీన సమస్యలపై చర్చ నిర్వహిస్తున్నారు. క్రైస్తవ మతం పాస్టర్లు, టెలివిజన్ ప్రీచర్లు, మిషనరీలు సువార్త ప్రచారం, చర్చి ఆధారిత సేవా కార్యక్రమాలు చేస్తున్నారు.

బౌద్ధం ధ్యానం, మైండ్‌ఫుల్‌నెస్‌ను ప్రపంచవ్యాప్తంగా ప్రచారం చేసిన గురువులు ఉన్నారు. సిక్కు, జైన మతాలు గ్రంథాధార బోధన, నీతి జీవనం, సమాజ సేవ ప్రధాన అంశాలు. కొందరిపై విమర్శలు. వ్యక్తిపూజ, కొంతమంది గురువుల చుట్టూ అధిక వ్యక్తి పూజ ఏర్పడుతుంది. ఇది మత మూల సూత్రాలను పక్కన పెట్టే ప్రమాదం ఉంది.

ఆర్థిక పారదర్శకత లోపం, దానం, ఆస్తి, వ్యాపార కార్యకలాపాలపై ప్రశ్నలు వస్తుంటాయి. రాజకీయ సంబంధాలు, కొంతమంది మత నాయకులు రాజకీయ శక్తులతో సన్నిహితంగా ఉంటారు. ఇది మత రాజకీయ మేళవింపుకు దారి తీస్తుంది. నైతిక వివాదాలు, కొన్ని సందర్భాల్లో ఆర్థిక అవినీతి, లైంగిక ఆరోపణలు, అధికార దుర్వినియోగం వంటి అంశాలు వెలుగులోకి వచ్చాయి. మత తీవ్రత, కొంతమంది ప్రవచనకర్తలు మత అసహనాన్ని పెంచుతున్నారని విమర్శలు ఉన్నాయి.

సోషల్ మీడియా ద్వారా ప్రసంగాలు వైరల్ అవుతాయి అనుచరులు వేగంగా పెరుగుతారు విమర్శలు కూడా వేగంగా వ్యాపిస్తాయి. ఇది మత నాయకులపై ప్రభావాన్ని రెట్టింపు చేసింది. సమాజంపై ప్రభావం, సానుకూల ప్రభావాలు నైతిక జీవనం

ప్రోత్సాహం,మద్యపానం, హింస తగ్గించడంలో సహాయం, సేవా కార్యక్రమాలు. ప్రతికూల ప్రభావాలు అంధ విశ్వాసం, కుటుంబ విభేదాలు, మత ధ్రువీకరణ.

విశ్వాసం ఎదురు కక్షి విమర్శ సమతుల్య దృక్కోణం, ఏ మతానికైనా రెండు అంశాలు ఉంటాయి వ్యక్తిగత విశ్వాసం, సామాజిక బాధ్యత, ప్రవచనకర్తలపై విశ్వాసం వ్యక్తిగత హక్కు. కాని చట్టపరమైన బాధ్యత, పారదర్శకత, సమాజ ప్రయోజనం, అవసరం. తాత్విక ప్రశ్న ఇది మతం వ్యక్తిని విముక్తి వైపు నడిపించాలా లేదా వ్యక్తిని ఒక గురువు చుట్టూ కేంద్రీకరించాలా? ప్రాచీన మత గ్రంథాలు సాధారణంగా ఆత్మాన్వేషణ, నీతి జీవనం, దైవ అనుభవంపై దృష్టి పెట్టాయి.

ఆధునిక సమాజానికి మార్గదర్శకం ప్రజలు విమర్శాత్మక ఆలోచన, గ్రంథాధార జ్ఞానం, చట్టపరమైన అవగాహన, మానవ విలువలు పాటిస్తే సమతుల్యత సాధ్యమవుతుంది. ఆధునిక ప్రవచనకర్తలు కొందరు నిజమైన సేవకులు, కొందరు ఆధ్యాత్మిక మార్గదర్శకులు, కొందరు వివాదాస్పద వ్యక్తులు. విశ్వాసం మరియు విమర్శ రెండూ సహజం. మతం యొక్క అసలు లక్ష్యం మనసు శాంతి, సమాజ సౌహార్దం, నైతిక జీవనం అని గుర్తుంచుకోవాలి.

35. మతం – రాజకీయాల సంబంధం

మానవ చరిత్రలో మతం మరియు రాజకీయాలు రెండు శక్తివంతమైన వ్యవస్థలు. ఒకటి వ్యక్తి ఆత్మ, నైతిక విలువలు, ఆధ్యాత్మికతను ప్రభావితం చేస్తే, మరొకటి సామాజిక శక్తి, పాలన, అధికారాన్ని నిర్ధేశిస్తుంది. ఈ రెండూ పూర్తిగా వేరు వేరు వ్యవస్థలుగా కనిపించినప్పటికీ, చరిత్రలో అవి పరస్పరం అనుసంధానమై ఉన్నాయి.

కొన్ని సమాజాల్లో మతమే రాజ్యాధికారానికి పునాది కాగా, మరికొన్ని దేశాల్లో మతాన్ని పూర్తిగా రాజకీయాల నుండి వేరు చేయాలని ప్రయత్నించారు.

ప్రాచీన ప్రపంచంలో మత రాజకీయ సంబంధం, దైవాధికార సిద్ధాంతం. అనేక పురాతన నాగరికతల్లో రాజులు 'దేవుని ప్రతినిధులు' గా భావించబడ్డారు. ఈజిప్టు ఫరోలు దేవత్వం పొందారు, మెసపొటేమియా రాజులు దేవుని ఆశీర్వాదంతో పాలించారు, భారతదేశంలో 'రాజా ధర్మం' భావన, చైనాలో 'మండేట్ ఆఫ్ హెవెన్'. ఇక్కడ మతం రాజకీయాధికారాన్ని న్యాయబద్ధం చేసింది.

భారతదేశంలో మత రాజకీయ పరిణామం, వేద కాలం, బ్రాహ్మణులు యజ్ఞాలు నిర్వహించి రాజులకు ధార్మిక చట్టబద్ధత ఇచ్చేవారు. బౌద్ధ, జైన కాలం, అశోకుడు బౌద్ధ ధర్మాన్ని రాజ్య విధానంలో భాగం చేశాడు.మధ్యయుగం రాజులు తమ మతానుసారం దేవాలయాలు, మసీదులు నిర్మించారు. వలస పాలన బ్రిటిష్ పాలకులు మతాన్ని సామాజిక వర్గీకరణకు ఉపయోగించారు.

ఇస్లామిక్ ప్రపంచం, ఇస్లాంలో మతం మరియు రాజకీయాలు ప్రారంభ దశలో ఏకీకృతంగా ఉన్నాయి. ప్రవక్త ముహమ్మద్ మత నాయకుడు మరియు రాజకీయ నాయకుడు, ఖలీఫా వ్యవస్థ మత రాజకీయ ఐక్యత. కొన్ని దేశాల్లో ఇప్పటికీ షరియా చట్టాలు అమలులో ఉన్నాయి.

క్రైస్తవ ప్రపంచం, మధ్యయుగ యూరప్, పోప్ మరియు రాజుల మధ్య అధికారం కోసం పోటీ. చర్చ్ స్టేట్ విభజన, ఆధునిక యూరప్‌లో మతాన్ని రాజకీయాల నుండి వేరు

చేశారు. అమెరికాలో రాజ్యాంగం మత స్వేచ్ఛను హామీ ఇస్తుంది. చర్చి మరియు ప్రభుత్వం వేరు.

లౌకికత్వం అంటే ప్రభుత్వం అన్ని మతాలకు సమాన దూరం పాటించడం, మత స్వేచ్ఛను రక్షించడం. భారత రాజ్యాంగం మత స్వేచ్ఛ, సమానత్వం, వివక్ష నిషేధం ప్రతిపాదిస్తుంది.

కొన్ని సందర్భాల్లో మత నాయకులు ఎన్నికలపై ప్రభావం చూపుతారు, రాజకీయ పార్టీల మత గుర్తింపును ఉపయోగిస్తాయి, ఇది ప్రజాస్వామ్యానికి సవాలు కావచ్చు. మతం రాజకీయాలకు మార్గదర్శకమా లేదా రాజకీయాలు మతాన్ని ప్రభావితం చేస్తున్నాయా? సత్యం ఏమిటంటే, ఈ రెండు శక్తులు పరస్పరం ప్రభావితం చేస్తూనే ఉన్నాయి.

మతం మరియు రాజకీయాలు చరిత్రలో విడదీయరాని సంబంధం కలిగి ఉన్నాయి. కాని సమాజ శాంతి, సమానత్వం, ప్రజాస్వామ్యాన్ని కాపాడాలంటే ఈ సంబంధం సమతుల్యంగా ఉండాలి. మతం నైతిక విలువలు అందించాలి. రాజకీయాలు చట్టపరమైన సమానత్వాన్ని కాపాడాలి. అప్పుడు మాత్రమే సమాజం స్థిరంగా, సౌహార్దంగా అభివృద్ధి చెందుతుంది.

36. మత తత్వవేత్తల ఆలోచనలు

మానవ చరిత్రను పరిశీలిస్తే, యుద్ధాలు, రాజ్యాలు, సాంకేతిక పురోగతి కన్నా ఎక్కువ ప్రభావం చూపిన శక్తి 'ఆలోచన'. ఆ ఆలోచనలను రూపుదిద్దినవారు మత తత్వవేత్తలు. వారు కేవలం మత బోధకులు కాదు, వారు మానవ హృదయాన్ని అర్థం చేసుకున్న దయామూర్తులు, నైతికతకు దారిచూపిన మార్గదర్శకులు, సమాజాన్ని మేల్కొలిపిన చైతన్యదీపాలు.

ప్రపంచంలోని ప్రతి మతంలో ఒక కేంద్రీయ వ్యక్తి లేదా ఆలోచనాపరుడు ఉన్నాడు. వారి బోధనలు ప్రజల దేవుని భావనను, ఆచారాలను, సమాజ నిర్మాణాన్ని ప్రభావితం చేశాయి.

వేదకాల ఋషులు ప్రకృతిని దేవత్వంగా చూశారు. వారు 'ఋతం' అనే విశ్వనియమాన్ని ప్రకటించారు. ఆ విశ్వనియమాన్ని అనుసరించడమే ధర్మం.

ఉపనిషత్తులు ఒక గొప్ప విప్లవం. వారు యజ్ఞాలకంటే ఆత్మపరిశీలనను ముఖ్యమన్నారు. 'అహం బ్రహ్మాస్మి' 'తత్త్వమసి' వంటి మహావాక్యాలు మానవుడిలోని దైవత్వాన్ని వెలికితీశాయి.

ఆదిశంకరాచార్యుడు:

అద్వైత సిద్ధాంతంతో శంకరుడు చెప్పినది 'జీవాత్మ, పరమాత్మ వేరు కావు' ఈ ఆలోచన భక్తి భావనను తాత్వికతతో కలిపింది.

రామానుజ, మధ్వాచార్యులు:

వీరు భక్తిని ప్రజల హృదయానికి చేరువ చేశారు. దేవునితో సంబంధం ప్రేమమయం కావాలని చెప్పారు. హిందూ మతం కేవలం ఆచారాల సమాహారం కాదు, అది ఆత్మజ్ఞాన యాత్రగా మారింది.

బౌద్ధ తత్వవేత్త గౌతమ బుద్ధుడు:

బుద్ధుడు రాజభోగాలను వదిలి దుఃఖానికి కారణాన్ని అన్వేషించాడు. ఆయన చెప్పిన నాలుగు సత్యాలు మానవ బాధను అర్థం చేసుకోవడానికి మార్గం చూపాయి. దుఃఖం ఉంది, దుఃఖానికి కారణం ఉంది, దుఃఖ నివారణ సాధ్యం, అష్టాంగ మార్గం దానికి దారి. బుద్ధుని హృదయస్పర్శి సందేశం 'ద్వేషం ద్వేషంతో తీరదు, ప్రేమతోనే తీరుతుంది' మతాన్ని యజ్ఞాల నుండి నైతిక జీవనానికి మార్చాడు. కరుణ, సమానత్వం, అహింసను ప్రాముఖ్యం ఇచ్చాడు.

జైన తత్వవేత్త మహావీరుడు:

మహావీరుడు అహింసను పరమధర్మంగా ప్రకటించాడు. అనేకాంతవాదం ద్వారా సత్యం అనేక కోణాల నుండి చూడవచ్చని చెప్పారు. మతంలో సహన భావన, జీవరక్షణ, కఠిన నైతికతకు ప్రాధాన్యం పెరిగింది. జైన ఆచార్యులు, ఆచార్య తులసి వంటి సంస్కర్తలు అనువ్రత ఉద్యమం ద్వారా సాధారణ జీవనంలో అహింసను ప్రోత్సహించారు.

యూద మత తత్వవేత్తలు:

మోషే ద్వారా దేవునితో ఒడంబడిక భావన ఏర్పడింది. యూద ప్రవక్తలు సామాజిక న్యాయాన్ని ప్రబోధించారు. 'దేవుడు బలిపశువులను కాదు, నీతిని కోరుతున్నాడు' అనే భావన ప్రజలను ఆలోచింపజేసింది. మతం కేవలం పూజ కాదు, న్యాయబద్ధ జీవనమని ప్రజలు గ్రహించారు. యూద మతంలో సంస్కరణలు, రబ్బీ సంస్కరణ ఉద్యమాలు యూదమతాన్ని ఆధునిక సమాజానికి అనుగుణంగా మార్చాయి. మహిళల పాత్ర పెరిగింది.

యేసుక్రీస్తు ప్రేమమార్గం:

యేసు బోధనల హృదయం ప్రేమ. 'నీ శత్రువును ప్రేమించు' అనే మాట ప్రపంచాన్ని కదిలించింది. ఆయన దయ, క్షమ, త్యాగం ద్వారా దేవుని ప్రేమను చూపించాడు. క్రైస్తవ మతం సేవామార్గంగా మారింది. ఆసుపత్రులు, విద్యాసంస్థలు ఏర్పడ్డాయి.

ఇస్లాం తత్వవేత్త ప్రవక్త మహమ్మదు:

మహమ్మదు ప్రవక్త తౌహీద్ ఒకే దేవుడు సిద్ధాంతాన్ని ప్రకటించాడు. సమానత్వం, దానం జకాత్, క్రమశిక్షణను ప్రాముఖ్యం ఇచ్చాడు. ఖురాన్ లోని సందేశం దయ, కరుణ, న్యాయం. అరేబియాలో గోత్ర విభేదాలు తగ్గాయి. ఒక సమాజ చైతన్యం ఏర్పడింది.

సిక్కు గురువులు సమానత్వ ధర్మం:

గురు నానక్ దేవ్ ప్రేమ, సేవ, కీర్తన మార్గాన్ని చూపాడు. 'ఒకే దేవుడు అన్ని మనుషులు సమానం' అని చెప్పారు. లంగర్ వ్యవస్థ ద్వారా కులవివక్షను చెరిపే ప్రయత్నం చేశారు. సిక్కు మతం సేవా భావనకు ప్రతీకగా నిలిచింది.

కన్ఫ్యూషియస్ నైతిక సమాజ దృష్టి:

చైనాలో కన్ఫ్యూషియస్ కుటుంబ క్రమశిక్షణ, విధేయత, నైతిక పాలనపై దృష్టి పెట్టాడు.మతం కంటే నైతిక సమాజ నిర్మాణం ప్రధానమైంది. కన్ఫ్యూషియన్ ఆధునిక భావనలు, ఆధునిక చైనాలో ఈ తత్వాలు నైతికత, పర్యావరణ సమతుల్యతకు మార్గదర్శకంగా నిలిచాయి.

తావో తత్వవేత్త లావోజి:

ప్రకృతి సహజత్వం, వినయం, మృదుత్వం జీవన మార్గమని చెప్పారు. ఆధ్యాత్మికతను సరళతతో కలిపారు.

జరోస్త్రుడు సత్యపోరాటం:

మంచి ఆలోచనలు, మంచి మాటలు, మంచి పనులు అనే త్రిసూత్రం మానవుని నైతిక బాధ్యతను గుర్తు చేసింది.

షింటో, ఆదిమ మతాల గురువులు:

ప్రకృతి పట్ల గౌరవం, పితృపూజ భావన ప్రజల జీవనంలో పర్యావరణ చైతన్యాన్ని పెంచింది. కాలం మారేకొద్దీ మతం కూడా మారాల్సి వచ్చింది. ఆచారాలు కఠినమయ్యే వేళ, కొన్ని చోట్ల మతం అధికార సాధనంగా మారిన వేళ, కొన్ని చోట్ల మూఢనమ్మకాలు

పెరిగిన వేళ కొత్త తత్వవేత్తలు వచ్చి 'మతం హృదయానికి సంబంధించినదని గుర్తుచేశారు.

ప్రపంచ మత తత్వవేత్తలందరూ వేర్వేరు భాషల్లో, వేర్వేరు కాలాల్లో ఒకే సందేశం ఇచ్చారు. ప్రేమ, దయ, న్యాయం, సత్యం, సమానత్వం. మత భావన దేవుడి భయంతో మొదలై, ప్రేమతో ముగిసింది.

మత తత్వవేత్తలు దేవుని రూపాన్ని మాత్రమే కాదు, మానవుని హృదయాన్ని మార్చారు. వారు మతాన్ని భయానికి కాకుండా ఆశకు, ద్వేషానికి కాకుండా ప్రేమకు, విభజనకు కాకుండా ఐక్యతకు దారి చూపించారు.

హిందూ భక్తి సంస్కర్తలు:

ప్రేమలో దైవం, రామానంద, కబీర్, మీరాబాయి. కబీర్ హృదయాన్ని కదిలించేలా ఇలా అన్నాడు 'మసీదు లోనూ దేవుడు లేడు, మందిరంలోనూ దేవుడు లేడు, నిన్ను నువ్వు చూసుకో అక్కడే దేవుడు' మీరాబాయి తన ప్రేమతో కృష్ణుని దైవంగా కాకుండా స్నేహితుడిగా చూశింది. భక్తి ఉద్యమం కులవివక్షకు వ్యతిరేకంగా నిలిచింది. చైతన్య మహాప్రభు సంకీర్తన ద్వారా భక్తిని ప్రజలకు చేరువ చేశాడు. ఆనందం, నాట్యం, ప్రేమ ఇవే మతానుభూతి అని చూపించాడు. హిందూ మతంలో దేవుడు ప్రజలకు చేరువయ్యాడు. కఠిన ఆచారాల కంటే భక్తి ప్రధానమైంది.

సూఫీ మిస్టికులు ఇస్లాం లో ప్రేమ రహస్యం, రూమీ 'ప్రేమే నా మతం' అని రూమీ అన్నాడు. అతని కవిత్వం మతాల మధ్య గోడలను కరిగించింది. ఖ్వాజా మొయినుద్దీన్ చిష్తీ సేవ, దయ, సహనం ద్వారా ఇస్లాం సందేశాన్ని ప్రజల హృదయాల్లో నాటాడు. సూఫీ సంప్రదాయం ఇస్లాం ను కఠిన చట్టాల సమాహారంగా కాకుండా ప్రేమమార్గంగా చూపింది.

క్రైస్తవ సంస్కరణ మార్టిన్ లూథర్, మధ్యయుగాల్లో చర్చిలో అవినీతి పెరిగినప్పుడు మార్టిన్ లూథర్ బైబిల్ ను ప్రజల భాషలో అందించాడు. 'దేవునితో సంబంధం మధ్యవర్తి

లేకుండానే సాధ్యం' ప్రొటెస్టంట్ ఉద్యమం పుట్టింది. వ్యక్తిగత విశ్వాసానికి ప్రాముఖ్యత పెరిగింది.

సిక్కు గురువులు ధర్మం మరియు ధైర్యం, గురు గోబింద్ సింగ్ ఖాల్సా పంథాను స్థాపించి ధర్మరక్షణకు పిలుపునిచ్చాడు. సేవా భావనను యోధత్వంతో కలిపాడు.

బౌద్ధ పునరుజ్జీవనం, అశోకుడు హింసను వదిలి ధర్మాన్ని స్వీకరించాడు. కరుణ, సహనం, మత సామరస్యాన్ని ప్రోత్సహించాడు. దలైలామా, ఆధునిక ప్రపంచానికి బౌద్ధ కరుణను పరిచయం చేశాడు. శాంతి సందేశం ప్రపంచ వ్యాప్తంగా వినిపించాడు.

అనాగారిక ధర్మపాలుడు 1864–1933 బౌద్ధ పునరుజ్జీవనోద్యమంలో ప్రముఖ నాయకుడు, ఆయన బుద్ధుని అసలైన ఉపదేశాలను ప్రపంచానికి పరిచయం చేస్తూ, మహాబోధి సమితి ద్వారా బౌద్ధ పవిత్ర స్థలాల పరిరక్షణకు జీవితాంతం కృషి చేశారు. ఆయన బౌద్ధం కేవలం మతం మాత్రమే కాక, నైతికత, కరుణ, సమానత్వం ఆధారిత జీవన విధానమని బోధించి, భారతదేశంలో మరియు శ్రీలంకలో ఆధ్యాత్మిక చైతన్యాన్ని మేల్కొలిపారు.

స్వామి వివేకానంద 'ప్రతి మతం ఒకే లక్ష్యానికి దారి చూపుతుంది' అని చెప్పారు. చికాగో సభలో ఆయన సందేశం ప్రపంచ మతసామరస్యానికి చిహ్నం అయింది.

డా. బి.ఆర్. అంబేద్కర్, మతం సమానత్వాన్ని ఇవ్వకపోతే దాన్ని ప్రశ్నించాలి అని చెప్పారు. బౌద్ధమతాన్ని స్వీకరించి సామాజిక న్యాయానికి మార్గం చూపారు.

ఆధునిక మత విమర్శకులు, కార్ల్ మార్క్స మతాన్ని 'ఓపియం' అని విమర్శించాడు. నీత్షే 'దేవుడు చనిపోయాడు' అని చెప్పి ఆలోచనల విప్లవానికి దారి తీశాడు. వారి విమర్శలు మతాన్ని ఆత్మపరిశీలన చేయించాయి.

సమకాలీన ప్రపంచంలో మత ప్రభావం మతం సేవాసంస్థల రూపంలో మతం రాజకీయాల్లో మతసామరస్య ఉద్యమాలు అంతర్మత సంభాషణలు ప్రపంచం విభజనతో పాటు ఐక్యతను కూడా అనుభవిస్తోంది.

ప్రపంచ మత తత్వవేత్తలందరూ వేర్వేరు రూపాల్లో ఒకే పాఠం చెప్పారు. దేవుడు, ప్రేమ, మానవుడు, దయ, జీవితం ధర్మయాత్ర, సత్యం శాశ్వతం. వారి బోధనలు మతాన్ని భయానికి కాదు ఆశకు, ద్వేషానికి కాదు కరుణకు, విభజనకు కాదు ఐక్యతకు దారి తీశాయి. మత తత్వవేత్తలు మనకు ఒక గొప్ప పాఠం నేర్పారు మతం గోడలు కట్టడానికి కాదు, వంతెనలు నిర్మించడానికి. వారు చూపించిన మార్గం మన హృదయంలో వెలుగుగా నిలిస్తే, మతం ఒక విభేదక శక్తి కాకుండా మానవత్వాన్ని కాపాడే శక్తిగా మారుతుంది.

37. భారత ఆధ్యాత్మిక వేత్తలు

భారతదేశం అనేది కేవలం భౌగోళిక సరిహద్దుల సమాహారం కాదు. ఇది యుగయుగాలుగా ఆధ్యాత్మిక తపస్సుతో, తత్త్వ విచారణతో, సమాజ సంస్కరణతో నిండిన చైతన్య భూమి. ప్రతి యుగంలో సమాజం అయోమయానికి లోనైనప్పుడు, నైతిక విలువలు క్షీణించినప్పుడు, ఆత్మస్వరూపం మరుగున పడినప్పుడు ఒక మహనీయుడు అవతరిస్తాడు. ఆధునిక సంక్షోభం మనిషి ఎటు? ఇవాళ మనిషి సాంకేతికంగా అభివృద్ధి చెందాడు, ఆర్థికంగా ఎదిగాడు, కాని మానసికంగా అస్థిరతకు లోనయ్యాడు. కుటుంబ వ్యవస్థ బలహీనమవుతోంది. మతం రాజకీయ సాధనమవుతోంది. ఆధ్యాత్మికత ప్రదర్శనగా మారుతోంది. ఇలాంటి సమయంలో ఈ మహనీయుల సందేశం మరింత ప్రాసంగికం. వారిలో ప్రస్తావించదగినవారు:

శ్రీ పోతులూరి వీరబ్రహ్మేంద్ర స్వామి:

శ్రీ పోతులూరి వీరబ్రహ్మేంద్ర స్వామి గారి జీవితం కేవలం మఠాధిపతి జీవితం కాదు, అది ఒక యుగ దర్శనం. ఆయన రచించిన 'కాలజ్ఞానం' కేవలం భవిష్యద్వాణి కాదు, అది సమాజానికి ఇచ్చిన హెచ్చరిక. ఆయన బోధనల్లో ప్రధానాంశాలు మతమౌఢ్యానికి వ్యతిరేకం, నైతిక జీవన విధానం, సమానత్వం, భవిష్యత్తు, మార్పులపై జాగృతి. భక్తిని అంధత్వంగా కాక, అవగాహనగా మలిచారు. ఆయన దర్శనం ప్రకారం భవిష్యత్తు అనేది దేవుని శాపం కాదు, మన కర్మల ప్రతిఫలం.

కాలజ్ఞాని, యుగ దర్శి. ఆంధ్రప్రదేశ్ రాయలసీమ ప్రాంతంలో వెలసిన మహనీయుడు. ఆయన జననం, బాల్యం గురించి విభిన్న కథనాలు ఉన్నప్పటికీ, ఆయన జీవితం ప్రధానంగా కడప జిల్లాలోని కందిమల్లయ్యపల్లె ప్రాంతంతో అనుబంధమై ఉంది.

బాల్యంలోనే అసాధారణమైన మేధస్సు, లోతైన ధ్యానప్రవృత్తి ఆయనలో

కనిపించాయి. లోకసంబంధ విషయాల కంటే ఆత్మస్వరూపంపై ఆయన ఆసక్తి ఎక్కువగా ఉండేది. గురు సేవలో ఉండి తత్త్వబోధను గ్రహించారు.

ఆయన ప్రసిద్ధ గ్రంథం 'కాలజ్ఞానం' ఇది కేవలం భవిష్యద్వాణి కాదు, సమాజ మార్పులపై ఒక దివ్య దృష్టి. రాజకీయ మార్పులు, ప్రకృతి వైపరీత్యాలు, నైతిక పతనం, మత కలహాలు ఇవన్నీ ఆయన కాలజ్ఞానంలో ప్రస్తావించబడ్డాయని భక్తులు నమ్ముతారు.

కులమత వివక్షను ఖండించారు, నైతిక జీవన విధానాన్ని ప్రోత్సహించారు, ఆచారాల కన్నా ఆత్మబోధకు ప్రాముఖ్యత ఇచ్చారు. వీరి జీవితం మౌన విప్లవం. ఆయన జీవ సమాధి తీసుకున్న తీరు భక్తులలో విశ్వాసాన్ని మరింత బలపరిచింది. వీరి కాలదృష్టి, కర్మ సిద్ధాంతం, సామాజిక హెచ్చరిక. వీరి తత్త్వంలో ప్రధానాంశం కాల చైతన్యం. ఆయన కాలజ్ఞానం కేవలం భవిష్యవాణి కాదు, అది ఒక సామాజిక హెచ్చరిక.

తత్త్వ సారం సమాజం కర్మఫలితాల చక్రంలో తిరుగుతుంది. నైతిక పతనం జరిగితే ప్రకృతి ప్రతిస్పందిస్తుంది. ధర్మం క్షీణించినప్పుడు సంక్షోభం అనివార్యం. భవిష్యత్తు దేవుడు నిర్ణయించడు, మన కర్మ నిర్ణయిస్తుంది. వీరి దృష్టి ప్రధానంగా కాలగమనంపై ఉంది. సమాజం ధర్మ మార్గం విడిచిపెడితే, ప్రకృతి సామాజిక సంక్షోభాలు అనివార్యమని హెచ్చరించారు. ఆయన తత్త్వం సమూహ చైతన్యానికి పిలుపు.

వేమన యోగి:

వేమన జీవితం, తత్వం, సమాజ సంస్కరణ. తెలుగు సాహిత్య చరిత్రలో సామాజిక స్పృహ, నైతిక ధైర్యం, తాత్విక గాఢత, సాధారణ ప్రజల భాషలో ఆత్మజ్ఞానాన్ని బోధించిన మహాకవి వేమన ఒక ప్రత్యేక స్థానం పొందారు. వేదాంతం, యోగం, భక్తి, నైతికత, సమాజ సంస్కరణ. ఈ ఐదు ప్రవాహాలు ఆయన పద్యాలలో ఏకమై ప్రవహిస్తాయి. వేమన పద్యాలు పండితులకు మాత్రమే కాదు, సాధారణ ప్రజలకూ అర్థమయ్యే రీతిలో ఉండటం ఆయన మహత్తర ప్రత్యేకత. 'విశ్వదాభిరామ వినుర వేమ' అనే ముగింపు ఆయనకు చిరస్మరణీయ గుర్తింపు అయింది.

వేమన 15–17 వ శతాబ్దాల మధ్య జీవించినట్లు భావిస్తారు. విజయనగర సామ్రాజ్యానంతర కాలం రాజకీయ అస్థిరత. మతపరమైన ఆచారాలలో అధిక దురాచారాలు. కులవివక్ష, మూఢనమ్మకాలు పెరిగిన సమయం. ఈ పరిస్థితుల్లో వేమన తన పద్యాల ద్వారా సమాజాన్ని ప్రశ్నించాడు.

ప్రాచీన సంప్రదాయాలు, స్థానిక గాథలు చెబుతున్నవి కడప జిల్లా ప్రాంతం ఆయన జన్మస్థలంగా భావించబడుతుంది. కొందరు ఆయనను యోగి వేమనగా పేర్కొంటారు. రాజకుటుంబానికి చెందినవాడై, తర్వాత విరక్తి పొందినట్లు ఒక ప్రచారం ఉంది. యోగసాధన చేసి ఆత్మజ్ఞానం పొందిన తాత్వికుడని భావిస్తారు. ఇవి చారిత్రకంగా నిర్ధారణ కానప్పటికీ, ఆయన పద్యాల స్వరూపం చూస్తే విరక్తి, జ్ఞానం, అనుభవం స్పష్టంగా కనిపిస్తాయి.

వేమన పద్యాలలో బ్రహ్మం జీవం ఏకత్వ భావన స్పష్టంగా కనిపిస్తుంది. 'పిండమందు బ్రహ్మాండముండునన్నది సత్యము' ఈ భావన ఆత్మ పరమాత్మ ఏకత్వంను సూచిస్తుంది. వేమన ప్రకారం నిజమైన జ్ఞానం పుస్తకాలలో కాదు అనుభవంలో ఉంది. 'గొర్రెపోతు పఠించినా గోచరించునా జ్ఞానం?' అంటే చదువుకన్నా అనుభవమే గొప్పది.

వేమన పద్యాలలో యోగ సాధన, మనోనిగ్రహం, ఇంద్రియ నియంత్రణ ప్రాధాన్యం కనిపిస్తుంది. వేమనను ఒక సామాజిక సంస్కర్తగా చూడవచ్చు. 'కులమేమిటి మనుష్యునికి?' ఆయన దృష్టిలో మనిషి విలువ జన్మతో నిర్ణయించ బడదు. గుణం, ఆచరణే అసలు ప్రమాణం. 'రాయిని పూజించి రక్షణ కోరుట' వేమన దృష్టిలో బాహ్య పూజ కంటే అంతర్గత శుద్ధి ముఖ్యం. యథార్థ భక్తి అనేది ఆచరణలో ఉండాలి.

వేమన కపట సన్యాసులు, మోసపూరిత గురువులను తీవ్రంగా విమర్శించాడు. 'బట్టలు వేసి బ్రహ్మజ్ఞాని కానేరా' అంటే వేషధారణతో జ్ఞానం రాదు. వేమన పద్యాలు ప్రజల నిత్యజీవితానికి మార్గదర్శకాలు. 'సత్యమే శరణు' సత్యవంతుడే నిజమైన భక్తుడు. 'అన్నదానం మించిన దానం లేదయ్యా' అన్నదానం అత్యున్నతమైనది అని వేమన బోధించాడు. వినయం లేని విద్య వృథా.

క్లిష్ట సంస్కృత పదజాలం తక్కువ. ప్రజలకు అర్థమయ్యే రీతిలో వాక్య నిర్మాణం. 'వినురవేమ' అనే ముగింపు ప్రజలతో ప్రత్యక్ష సంభాషణలాగా ఉంటుంది. సాధారణ జీవితం నుండి ఉదాహరణలు తీసుకోవడం ఆయన ప్రత్యేకత. వేమన భక్తి భావన రూపానికి కాదు, తత్వానికి. గుడికి కాదు, గుండెకు. మంత్రాలకు కాదు, మనసుకు. ఆయన భక్తి అంతర్ముఖ భక్తి. వేమన తత్వం కొంతవరకు అద్వైత వేదాంత భావనతో సమానం. యోగ సిద్ధాంతంతో అనుబంధం. భక్తి ఉద్యమ సారంతో ముడిపడి ఉంది. కాని ఆయన ప్రత్యేకత ప్రజాసామాన్య భాషలో తత్వం చెప్పడం.

ప్రజా పద్య సంప్రదాయం బలపడింది. సామాజిక విమర్శ సాహిత్యంలో స్థానం పొందింది. వేమన పద్యాలు సామెతలుగా మారాయి. నీతిపాఠాలుగా పాఠశాలల్లో బోధించబడుతున్నాయి. వేమన కాలంలో కులవ్యవస్థ బలంగా ఉండేది. బ్రాహ్మణాధిక్యం ప్రబలంగా ఉండేది. మూఢాచారాలు ఎక్కువగా ఉండేవి. ఈ పరిస్థితుల్లో వేమన ప్రశ్నించాడు 'మనిషి మానవత్వం ఎక్కడ?' ఇది ఒక సామాజిక విప్లవం.

వేమన ఆలోచనలలో మూడు స్థాయిలు కనిపిస్తాయి నైతిక స్థాయి సత్యం, దానం, వినయం. సామాజిక స్థాయి సమానత్వం, కులనిరసన. ఆధ్యాత్మిక స్థాయి ఆత్మజ్ఞానం, యోగం. ఈ మూడు కలిసి ఆయనను ఒక సంపూర్ణ తత్వవేత్తగా నిలబెట్టాయి. కొంతమంది విమర్శకులు వేమన చారిత్రక వివరాల లోపం. కొన్ని పద్యాల ప్రామాణికతపై సందేహం. అయితే ఆయన తాత్విక లోతు అనన్యసామాన్యం. ఇప్పటికీ కులవివక్ష ఉంది. మూఢనమ్మకాలు ఉన్నాయి. నైతిక సంక్షోభం ఉంది. ఈ పరిస్థితుల్లో వేమన బోధనలు మరింత అవసరం.

వేమన ఒక కవి మాత్రమే కాదు తత్వవేత్త, సంస్కర్త, యోగి, ప్రజాబోధకుడు. ఆయన సందేశం స్పష్టం 'మనిషి లోపలే దేవుడు ఉన్నాడు' వేమన పద్యాలు యుగయుగాలకూ సజీవంగా నిలిచే జ్ఞానవాక్యాలు.

కందుకూరి వీరేశలింగం పంతులు:

కందుకూరి వీరేశలింగం పంతులు 1848–1919 ఆంధ్రప్రదేశ్‌లో ప్రముఖ సామాజిక సంస్కర్త, రచయిత, విద్యావేత్త. విధవ పునర్వివాహానికి మద్దతు ఇచ్చి సమాజంలో ధైర్యంగా మొదటి విధవ వివాహం నిర్వహించారు. మహిళా విద్య, బాల్యవివాహాల నిర్మూలన, మూఢనమ్మకాల వ్యతిరేక పోరాటం వంటి అంశాల్లో ముందుండి పనిచేశారు. 'రాజశేఖర చరిత్ర' వంటి రచనల ద్వారా తెలుగు సాహిత్య అభివృద్ధికి సేవలందించారు. ఆయనను ఆంధ్రదేశ సామాజిక మత సంస్కరణకు పితామహుడిగా గౌరవిస్తారు.

శ్రీ సత్య సాయి బాబా:

పుట్టపర్తి గ్రామంలో జన్మించిన సత్యసాయి బాబా, ప్రేమను పరమ ధర్మంగా ప్రకటించారు. ఆయన సందేశం మూడు పదాల్లో సరిపోతుంది 'లవ్ ఆల్ – సర్వ్ ఆల్' ఆయన నిర్మించిన విద్యాసంస్థలు, ఆసుపత్రులు, తాగునీటి ప్రాజెక్టులు ఆధ్యాత్మికతను సేవగా మలిచిన ఉదాహరణలు. ఆయన తత్త్వంలో ముఖ్యాంశాలు సర్వమత సమభావం, నిస్వార్థ సేవ, మానవత్వమే మతం, ప్రేమ రూపమైన గురువు. 1926 నవంబర్ 23 న ఆంధ్రప్రదేశ్‌లోని పుట్టపర్తిలో జన్మించిన సత్యసాయి బాబా చిన్ననాటి నుంచే భక్తి, సంగీతం, సేవా భావం ప్రదర్శించారు.

14 వ ఏట తాను శిర్డీ సాయి బాబా అవతారమని ప్రకటించారు. ఆ ప్రకటనతో ఆయన జీవితంలో కొత్త దశ ప్రారంభమైంది. ఆయన స్థాపించిన సంస్థలు ఉచిత సూపర్ స్పెషాలిటీ ఆసుపత్రులు, విద్యాసంస్థలు, తాగునీటి ప్రాజెక్టులు. ఆధ్యాత్మికతను సేవగా మలచిన వ్యక్తి సత్యసాయి బాబా. 'హెల్ప్ ఎవర్, హర్ట్ నెవర్' సర్వమత సమభావం, ఆయన ఆశ్రమం 'ప్రశాంతి నిలయం' ప్రపంచవ్యాప్తంగా భక్తులను ఆకర్షించింది. సత్య సాయి బాబా ప్రేమ, సేవ, సర్వమత సమన్వయం. వీరి తత్త్వం మానవతా కేంద్రిత ఆధ్యాత్మికత. ఆయన తత్త్వ త్రయం ప్రేమ, సేవ, నైతిక జీవనం. ఆయన ఐదు మానవ

విలువలు సత్యం, ధర్మం, శాంతి, ప్రేమ, అహింస. ఆధ్యాత్మికతను భక్తి నుండి సేవ దిశగా తీసుకెళ్లిన వ్యక్తి ఆయన.

షిర్డీ సాయి బాబా:

షిర్డీ సాయి బాబా జీవితంలో అత్యంత ప్రసిద్ధమైన ఉపదేశం 'శ్రద్ధా' నమ్మకం, 'సబూరి' సహనం. ఆయన హిందూ ముస్లిం ఏకత్వానికి ప్రతీకగా నిలిచారు. దత్తాత్రేయ, అల్లా అనే పదాలను ఒకే స్థాయిలో ఉంచి సమానత్వ సందేశం ఇచ్చారు. ఆయన జీవితం ఒక మౌన విప్లవం. శ్రద్ధా సబూరి తత్త్వం. మహారాష్ట్రలోని షిర్డీ గ్రామంలో 19 వ శతాబ్దంలో వెలసిన సాయి బాబా జీవితం ఒక రహస్యగాథ. ఆయన జననం, మతపరమైన నేపథ్యం స్పష్టంగా తెలియదు.

మసీదులో నివసిస్తూ 'ద్వారకామాయి' గా ఆ ప్రదేశాన్ని పిలిచారు. హిందూ ముస్లిం ఏకత్వానికి ప్రతీకగా నిలిచారు. శ్రద్ధా, సబూరి, అన్నదానం, సేవ, అనేక అద్భుతాలు, రోగ నివారణలు, ఆధ్యాత్మిక మార్గదర్శకత్వం ఆయన జీవితాన్ని ప్రజాదరణ పొందేలా చేశాయి. షిర్డీ సాయి బాబా తత్త్వంలో ప్రధానమైనది శ్రద్ధా, సబూరి, ఏకత్వ భావన, అంతర్గత విశ్వాసం. ఆయన తత్త్వ విశ్లేషణ దేవుడు రూపానికతీతుడు, మతం అనేది మార్గం మాత్రమే, హృదయ పవిత్రతే నిజమైన పూజ. ఆయన ద్వారకామాయిలో నివసించడం ద్వారా హిందూ ముస్లిం సమన్వయానికి చిహ్నంగా నిలిచారు. అతని సందేశం విశ్వాసం మరియు సహనం కలిస్తే ఆత్మశాంతి.

పతంజలి మహర్షి:

పతంజలి మహర్షి యోగాన్ని కేవలం వ్యాయామంగా కాక, చిత్త శుద్ధికి మార్గంగా నిర్దేశించారు. ఆయన చెప్పిన అష్టాంగ మార్గం యమ, నియమ, ఆసన, ప్రాణాయామ, ప్రత్యాహార, ధారణ, ధ్యానం, సమాధి. ఈ ఎనిమిది దశలు మనిషిని శరీర స్థాయి నుండి ఆత్మ స్థాయికి తీసుకెళ్తాయి. పతంజలి మహర్షి యోగ సూత్రాల రచయితగా ప్రసిద్ధి పొందారు. ఆయన కాలం గురించి విభిన్న అభిప్రాయాలు ఉన్నప్పటికీ, ఆయన రచన భారత తత్త్వంలో కీలక స్థానం పొందింది.

195 సూత్రాలుగా ఉన్న యోగ సూత్రాలు నాలుగు భాగాలుగా విభజించబడ్డాయి సమాధి పాద, సాధన పాద, విభూతి పాద, కైవల్య పాద. అష్టాంగ మార్గం, యమ, నియమ, ఆసన, ప్రాణాయామ, ప్రత్యాహార, ధారణ, ధ్యానం, సమాధి. పతంజలి యోగాన్ని శరీర సాధనగా కాక, చిత్తవృత్తి నియంత్రణగా నిర్వచించారు. పతంజలి మహర్షి యోగాన్ని శాస్త్రీయంగా నిర్మించారు. చిత్త వృత్తి నియంత్రణ, ఆత్మసాక్షాత్కారం.

యోగ నిర్వచనం 'యోగశ్చిత్త వృత్తి నిరోధః' అంటే మనస్సు అలజడులను నియంత్రించడం యోగం. అష్టాంగ తత్త్వ విశ్లేషణ యమ, నియమ నైతిక నియంత్రణ, ఆసన, ప్రాణాయామ శరీర నియంత్రణ, ప్రత్యాహార, ధారణ మనస్సు నియంత్రణ, ధ్యానం, సమాధి ఆత్మసాక్షాత్కారం. ఇది వ్యక్తిగత విప్లవం.

బసవేశ్వరుడు:

12 వ శతాబ్దంలో **బసవేశ్వరుడు** సమాజంలో ఉన్న కులవ్యవస్థను ప్రశ్నించారు. 'కాయకవే కైలాస' అని ప్రకటించి పని పూజగా భావించారు. అన్నదాన, సమానత్వ, మహిళా గౌరవ ఉద్యమాలకు ఆయన మార్గదర్శకుడు. బసవేశ్వరుడు కాయకవే కైలాస. 12 వ శతాబ్దంలో కర్ణాటకలో జన్మించిన బసవేశ్వరుడు సమాజ సంస్కర్త. ఆయన కులవ్యవస్థను తీవ్రంగా వ్యతిరేకించారు. ఆయన స్థాపించిన 'అనుభవ మంటప' ఒక ఆధ్యాత్మిక పార్లమెంట్‌లా పనిచేసింది. మహిళలకు, శూద్రులకు సమాన హక్కులు కల్పించారు. సాధారణ భాషలో వచనాల ద్వారా సమానత్వ సందేశం ఇచ్చారు. బసవేశ్వరుడి తత్త్వం సామాజిక విప్లవం. కాయక, దాసోహ, సమానత్వం. ముఖ్య సిద్ధాంతాలు కాయకవే కైలాస పని పూజ దాసోహ సేవ భావం కుల వివక్ష నిర్మూలనం. ఆయన ఆధ్యాత్మికతను సామాజిక న్యాయంగా మలిచారు.

శ్రీ నారాయణ గురు:

కేరళలో దళిత సమాజాన్ని సమానత్వ దిశగా నడిపించిన మహనీయుడు నారాయణ గురు. ఆయన నినాదం 'ఒరు జాతి, ఒరు మతం, ఒరు దేవన్' ఆయన ఆలయ ప్రతిష్ఠాపనలు సామాజిక విప్లవానికి నాంది పలికాయి. శ్రీ నారాయణ గురు ఒకే మతం

ఒకే జాతి, 1856 లో కేరళలో జన్మించిన నారాయణ గురు సామాజిక విప్లవకారుడు. ఆయన దళితులకు ఆలయ ప్రవేశం కల్పించారు. ఆరువిప్పురం శివాలయం స్వయంగా శివలింగాన్ని ప్రతిష్టించి కులవివక్షను సవాలు చేశారు. 'ఒరు జాతి, ఒరు మతం, ఒరు దేవన్' సమానత్వానికి పునాది. నారాయణ గురు తత్త్వం అత్యంత సులభం కాని విప్లవాత్మకం. సమానత్వ ఆధ్యాత్మికత. ప్రధాన భావన ఒరు జాతి ఒరు మతం ఒరు దేవన్, అతని దృష్టిలో దేవుడు విభజన చేయడు; మనిషే విభజిస్తాడు. ఆయన ఆధ్యాత్మికత అంటే సామాజిక సమానత్వం.

ఓషో ఆచార్య రజనీష్:

ఓషో సంప్రదాయ మత వ్యవస్థలను ప్రశ్నించారు. ఆయన తత్త్వం స్వేచ్ఛ, అవగాహన, అంతర్ముఖ ధ్యానం. ఆయన ధ్యాన విధానాలు ఆధునిక మానవుడి మానసిక ఒత్తిడికి ప్రత్యామ్నాయం చూపాయి. ఓషో విముక్తి మార్గదర్శి. 1931లో జన్మించిన ఓషో సంప్రదాయ మత వ్యవస్థలను ప్రశ్నించారు. బాల్యంలోనే ధైర్యంగా ప్రశ్నించే స్వభావం కలిగినవారు. డైనమిక్ మెడిటేషన్ వంటి విధానాలతో ఆధునిక మానవుడికి అనుకూలమైన మార్గాన్ని చూపించారు. ఆయన జీవితం వివాదాలకు కూడా కారణమైంది. అయినప్పటికీ ఆయన తత్త్వం వ్యక్తి అంతర్ముఖతను ప్రోత్సహించింది.

ఓషో తత్త్వం అత్యంత వ్యక్తి కేంద్రితమైనది. స్వేచ్ఛ అవగాహన అంతర్ముఖత. ఆయన ప్రధాన సందేశాలు ప్రశ్నించు, అనుభవించు, అంతర్ముఖంగా జాగరూకంగా ఉండు, ఆయన ధ్యానం చలనంలో కూడా సాధ్యమని చెప్పారు. తత్త్వ విమర్శ ఆయన సంప్రదాయ మతాలను ప్రశ్నించారు. కాని ఆయన ఉద్దేశ్యం మత వ్యతిరేకత కాదు, అవగాహన లేని విశ్వాసానికి వ్యతిరేకత. ఓషో దృష్టి పూర్తిగా వ్యక్తి అంతర్ముఖ యాత్రపై ఉంది.

సమాజ మార్పు వ్యక్తి మార్పు నుంచే ప్రారంభమవుతుందని చెప్పారు. సాధారణ సారూప్యతలు, మతాన్ని మానవత్వంతో అనుసంధానం, కులవివక్ష వ్యతిరేకత, అంతర్ముఖ ధ్యానం, సేవ భావం, నైతిక జీవనం, వీరి తత్త్వాలు వేర్వేరు మార్గాల్లా

కనిపించినా, అవన్నీ ఒకే శిఖరానికి దారి తీస్తాయి. ఆత్మజాగృతి మరియు మానవ సమానత్వం. ఈ మహనీయుల జీవితాలు మూడు ప్రధాన లక్షణాలను సూచిస్తున్నాయి ఆత్మాన్వేషణ, సమాజ సంస్కరణ, మానవతా దృక్పథం. వీరి జీవితం యుగచైతన్యాన్ని ప్రతిబింబించింది. ఈ మహనీయులందరి మధ్య తేడాలు ఉన్నా, ఒక సామ్యముంది. మనిషి అంతర్గత చైతన్యాన్ని మేల్కొలపడం.

38. డా. బి.ఆర్. అంబేద్కర్

భారత చరిత్రలో కొందరు వ్యక్తులు యుగప్రవర్తకులు. వారు కేవలం ఒక కాలాన్ని ప్రభావితం చేయరు, శతాబ్దాలను మార్చే శక్తిగా నిలుస్తారు. అలాంటి వ్యక్తి డాక్టర్ భీంరావ్ రామ్జీ అంబేద్కర్. ఆయన జీవితం ఒక సామాజిక ఉద్యమం, ఒక మేధో విప్లవం, ఒక ఆత్మశోధన యాత్ర.

ఈయన జీవితం ఒక ప్రశ్నతో మొదలైంది 'మనిషి విలువను ఎవరు నిర్ణయిస్తారు జన్మనా లేక జ్ఞానమా?' 1891 ఏప్రిల్ 14న జన్మించిన అంబేద్కర్ చిన్ననాటి నుంచే కుల వివక్షను ఎదుర్కొన్నారు. పాఠశాలలో ఆయనకు వేరే స్థలం, వేరే పాత్ర, వేరే గుర్తింపు. ఈ అనుభవం ఆయనలో అవమానం మాత్రమే కాదు, ఆలోచనను కలిగించింది.

అంబేద్కర్ చిన్నప్పుడే గ్రహించిన విషయం సమాజ నిర్మాణంలో లోపం ఉంది. విదేశీ విద్య ఆయనకు కొత్త దృక్కోణం ఇచ్చింది. అమెరికా, ఇంగ్లాండ్ దేశాల్లో సమానత్వ భావనను ప్రత్యక్షంగా చూసినప్పుడు ఆయనకు తెలిసింది 'అసమానత అనేది దేవుడి నిర్ణయం కాదు, మానవ నిర్మాణం'

అంబేద్కర్ మతాన్ని విశ్వాసం కోణంలో కాకుండా, సామాజిక శాస్త్ర దృష్టితో విశ్లేషించారు. ఆయన ప్రధాన ప్రశ్నలు మతం మనిషిని విముక్తి చేస్తుందా, మతం సమానత్వాన్ని స్థాపిస్తుందా, మతం శాస్త్రీయ తర్కానికి అనుకూలమా?

హిందూ మతంలోని కులవ్యవస్థను ఆయన తీవ్రంగా విమర్శించారు. కులవ్యవస్థ ప్రజాస్వామ్యానికి శత్రువు. ఆయన దృష్టిలో కులం అనేది కేవలం సామాజిక విభజన కాదు, అది మానవ గౌరవాన్ని హరించే నిర్మాణం.

అంబేద్కర్‌ను ఆకర్షించిన తాత్విక శక్తి, బౌద్ధం ఆయనకు ఎందుకు సమీపమైంది? సమానత్వం సమతా భావం. బుద్ధుడు 'జాతి కాదు, కర్మే మానవ విలువ' అని బోధించాడు. ఈ భావన అంబేద్కర్ మనసులోని న్యాయస్ఫూర్తికి అనుగుణం.

తర్కం యుక్తి, బౌద్ధం అన్వేషణను ప్రోత్సహిస్తుంది. అది మూఢనమ్మకాలపై ఆధారపడదు. నైతికత, బౌద్ధం నైతికతను దేవుడి భయంతో కాదు, మనస్సాక్షితో అనుసరించమని చెబుతుంది. సౌభ్రాతృత్వం మైత్రి, బౌద్ధంలోని మైత్రి భావన భారత రాజ్యాంగంలో సౌభ్రాతృత్వం గా మారింది.

యేవోలా ప్రకటన 1935 అంబేద్కర్ ఇలా ప్రకటించారు 'నేను హిందువుగా జన్మించాను, కాని హిందువుగా మరణించను' ఈ ప్రకటనతో ఆయన ఒక సామాజిక విప్లవానికి నాంది పలికారు. ఆయన రెండు దశాబ్దాల పాటు వివిధ మతాలను పరిశీలించి, చివరకు బౌద్ధాన్ని ఎంచుకున్నారు.

1956 అక్టోబర్ 14 న నాగ్‌పూర్‌లో అంబేద్కర్ లక్షలాది అనుచరులతో కలిసి బౌద్ధ ధర్మం స్వీకరించారు. ఆయన చేసిన 22 ప్రతిజ్ఞలు సామాజిక విముక్తి ప్రకటనలుగా నిలిచాయి. ఈ సంఘటనతో భారతదేశంలో నూతన బౌద్ధ ఉద్యమం ప్రారంభమైంది. 'ది బుద్ధ అండ్ హిస్ ధమ్మ' ఆధునిక బౌద్ధ దృష్టి. ఈ గ్రంథంలో అంబేద్కర్ బౌద్ధాన్ని సామాజిక ప్రజాస్వామ్య తత్వంగా వివరించారు. ఆయన దృష్టిలో బౌద్ధం మూడు మూల సూత్రాలపై నిలబడింది తర్కం వివేకం, నైతికత, సమానత్వం.

డ్రాఫ్టింగ్ కమిటీ ఛైర్మన్‌గా అంబేద్కర్ భారత రాజ్యాంగ రూపకల్పనలో కీలక పాత్ర వహించారు. భారత రాజ్యాంగం ప్రపంచంలోనే అతిపెద్ద వ్రాతపూర్వక రాజ్యాంగం.అందులో అంబేద్కర్ దృష్టి స్పష్టంగా కనిపిస్తుంది.

సమానత్వ హక్కు ఆర్టికల్ 14–18 చట్టం ముందు సమానత్వం, వివక్ష నిషేధం, అస్పృశ్యత రద్దు ఆర్టికల్ 17 ద్వారా అస్పృశ్యతను శాశ్వతంగా నిషేధించడం ఒక చారిత్రక నిర్ణయం. మౌలిక హక్కులు, వ్యక్తిగత స్వేచ్ఛ, మత స్వేచ్ఛ, మాట స్వేచ్ఛ ప్రజాస్వామ్యానికి బలమైన పునాది. రిజర్వేషన్ విధానం, అణగారిన వర్గాలకు సమాన అవకాశాలు కల్పించేందుకు ప్రత్యేక నిబంధనలు ప్రవేశపెట్టారు. ఇది సామాజిక న్యాయానికి ఆచరణాత్మక రూపం.

రాష్ట్ర విధాన మార్గదర్శక సూత్రాలు, ఆర్థిక, సామాజిక న్యాయం కోసం ప్రభుత్వ బాధ్యతను నిర్దేశించారు. స్వతంత్ర న్యాయ వ్యవస్థ, సుప్రీంకోర్టు, హైకోర్టుల స్వతంత్రతకు రాజ్యాంగ పరిరక్షణ. ఫెడరల్ నిర్మాణం, కేంద్రం రాష్ట్రాల మధ్య అధికార సమతుల్యం. మహిళా హక్కులు హిందూ కోడ్ బిల్, మహిళలకు వారసత్వ హక్కులు కల్పించేందుకు ఆయన చేసిన ప్రయత్నం ఆ కాలంలో విప్లవాత్మకం. ఆమోదం లభించకపోవడంతో మంత్రి పదవికి రాజీనామా చేశారు.

బౌద్ధ తత్వం రాజ్యాంగ తత్వం, రాజ్యాంగంలోని మూడు మూల విలువలు, స్వేచ్ఛ, సమానత్వం, సౌభ్రాతృత్వం. ఇవి బౌద్ధంలోని కరుణ, సమతా భావం, మైత్రి తో అనుసంధానమై ఉన్నాయి. అంబేద్కర్ దృష్టిలో రాజకీయ ప్రజాస్వామ్యం మాత్రమే కాదు, సామాజిక ప్రజాస్వామ్యం అవసరం. అంబేద్కర్ వారసత్వం, దళిత చైతన్య ఉద్యమాలకు పునాది, సామాజిక న్యాయ విధానాలకు మార్గదర్శకం, రాజ్యాంగ పరిరక్షణకు ప్రేరణ. అంబేద్కర్ గారు కేవలం ఒక నాయకుడు కాదు, ఆయన ఒక శాశ్వత చైతన్యం.

అన్యాయాన్ని ప్రశ్నించాలి, జ్ఞానం ద్వారా విముక్తి సాధించాలి, మతం మనిషిని బానిస చేయకూడదు, విముక్తి ఇవ్వాలి. బౌద్ధం ఆయనకు ఆత్మవిముక్తి ఇచ్చింది. రాజ్యాంగం ద్వారా ఆయన దేశానికి సామాజిక విముక్తి ఇచ్చారు.

అంబేద్కర్ ఆలోచనలో ఒక కీలక అంశం దాగి ఉంది. రాజకీయ ప్రజాస్వామ్యం సరిపోదు, సామాజిక ప్రజాస్వామ్యం అవసరం. రాజకీయ ప్రజాస్వామ్యం అంటే ఓటు హక్కు, చట్టపరమైన సమానత్వం. కాని సామాజిక ప్రజాస్వామ్యం అంటే మనసులో సమానత్వం, జీవనంలో గౌరవం, పరస్పర సౌభ్రాతృత్వం. అంబేద్కర్ దృష్టిలో భారతదేశంలో రాజ్యాంగం ద్వారా రాజకీయ ప్రజాస్వామ్యం ఏర్పడింది. కాని సమాజంలో కులవివక్ష కొనసాగితే అది ప్రమాదకరం. 'రాజకీయంగా సమానత్వం, సామాజికంగా అసమానత్వం ఇది ప్రజాస్వామ్యానికి విరుద్ధం'

గౌతమ బుద్ధ తత్వం సామాజిక ప్రజాస్వామ్యానికి పునాది, బుద్ధుడు ప్రతిపాదించిన మూడు మూల భావనలు ప్రగ్యా జ్ఞానం, శీల నైతికత, కరుణ దయ. ఇవి అంబేద్కర్

ఆలోచనలలో మూడు రాజ్యాంగ విలువలుగా మారాయి స్వేచ్ఛ, సమానత్వం, సౌభ్రాతృత్వం.

అంబేద్కర్ ని ఆకర్షించిన మరో అంశం బౌద్ధం యొక్క తర్కబద్ధత. బౌద్ధం ప్రశ్నించమని చెబుతుంది, పరిశీలించమని సూచిస్తుంది, అనుభవాన్ని ప్రామాణికంగా తీసుకుంటుంది. ఇది ఆధునిక శాస్త్రీయ ఆలోచనలకు అనుగుణం. అందుకే అంబేద్కర్ బౌద్ధాన్ని 'వాదించిన మంతం' గా పేర్కొన్నారు.

కులవ్యవస్థను నిర్మూలించడానికి అంబేద్కర్ రెండు మార్గాలను ఎంచుకున్నారు. చట్టపరమైన మార్గం రాజ్యాంగం ద్వారా, ఆధ్యాత్మిక మార్గం బౌద్ధ ధర్మ స్వీకరణ ద్వారా, రాజ్యాంగంలోని ఆర్టికల్ 17 ద్వారా అస్పృశ్యతను రద్దు చేశారు. బౌద్ధ స్వీకరణ ద్వారా మానసిక విముక్తి సాధించారు.

రాజ్యాంగ సభలో అంబేద్కర్ ఒక స్పష్టమైన లక్ష్యంతో పనిచేశారు, సమానత్వం, వ్యక్తిగత స్వేచ్ఛ, సామాజిక న్యాయం. ఆయన ప్రపంచంలోని పలు రాజ్యాంగాలను అధ్యయనం చేశారు. అమెరికా రాజ్యాంగం, బ్రిటిష్ పార్లమెంటరీ విధానం, ఐరిష్ రాజ్యాంగ సూత్రాలు. ఈ అంతర్జాతీయ అనుభవాన్ని భారత పరిస్థితులకు అనుగుణంగా మలిచారు.

డా. అంబేద్కర్ జీవితం మూడు పాఠాలు చెబుతుంది. జ్ఞానం ద్వారా విముక్తి, నైతికత ద్వారా సమానత్వం, చట్టం ద్వారా సామాజిక న్యాయం. బౌద్ధం ఆయనకు ఆత్మశాంతి ఇచ్చింది. రాజ్యాంగం ఆయనకు దేశ నిర్మాణానికి ఆయుధమైంది. బౌద్ధ స్వీకరణ ఒక ఆధ్యాత్మిక చర్య కాదు, ఒక సామాజిక ప్రకటన. ఆయన రాజ్యాంగ నిర్మాణం ఒక చట్టపరమైన పని కాదు, ఒక నైతిక విప్లవం.

39. ఆధ్యాత్మికత – మతాతీత మానవ ధర్మం

మనిషి చరిత్రను పరిశీలిస్తే ఒక విచిత్రమైన వాస్తవం కనబడుతుంది. మతాలు మారాయి, ఆచారాలు మారాయి, దేవాలయాల రూపాలు మారాయి, కాని మనిషి అంతరంగపు తపన మాత్రం మారలేదు. ఆ తపన 'నేను ఎవరు, ఈ జీవితం యొక్క అర్థం ఏమిటి? నా ఉనికి ఇతరులకు ఏ మేలు చేస్తోంది?' అనే ప్రశ్నల చుట్టూ తిరుగుతూనే ఉంది. ఆ ప్రశ్నలకు సమాధానాలు వెతకడమే ఆధ్యాత్మికత.

లోతైన ఆధ్యాత్మికత కలిగిన వారు మతాతీతులై వుంటారు. వారికి గుడి, మసీదు, చర్చి, గురుద్వారా అనే గోడలు ఉండవు. వారు ఏ మతానికి వ్యతిరేకులు కాదు, ఏ మతానికీ బంధులు కాదు. వారి మతం మానవత్వం. వారి ఆరాధన దయ. వారి ప్రార్థన మంచితనం. వారి యజ్ఞం కరుణ. సాధారణంగా మనం ఆధ్యాత్మికతను మత విశ్వాసాలతో ముడిపెడతాం. గుడికి వెళ్లడం, మసీదులో నమాజ్ చేయడం, చర్చిలో ప్రార్థించడం ఇవన్నీ మతాచరణలలో భాగం. కాని అవే ఆధ్యాత్మికత కాదు. మత విశ్వాసం వేరు, ఆధ్యాత్మికత వేరు. మతం ఒక మార్గం కావచ్చు, కాని ఆధ్యాత్మికత గమ్యం. మతం ఒక రూపం, ఆధ్యాత్మికత ఆ రూపానికి అతీతమైన సారం.

ఆధ్యాత్మికత అంటే సృష్టిని అర్థం చేసుకునే యత్నం. ఈ విశ్వం ఎందుకు ఉంది, జీవితం ఏ దిశగా పయనిస్తోంది, మన లోపలి చైతన్యం ఏమి సూచిస్తోంది? ఈ ప్రశ్నలతో మనసు మెలుకువలోకి వస్తే అదే ఆధ్యాత్మికతకు ప్రారంభం. సృష్టిని నియంత్రించే శక్తి దేవుడా, ప్రకృతేనా, శూన్యమేనా? అన్నది వ్యక్తిగత అభిప్రాయం. కాని ఆ అన్వేషణ నిజాయితీతో లోతుగా జరిగితే అది ఆధ్యాత్మిక ప్రయాణమే.

ఒక అధ్యాత్మిక గురువు హిందువై ఉండవచ్చు, ముస్లింవై ఉండవచ్చు, క్రైస్తవుడు, బౌద్ధుడు, సిక్కు లేదా ఇతర మతానికి చెందినవాడై ఉండవచ్చు. ఇంకొకరు మతరాహిత్యాన్ని బోధించవచ్చు. ఎవరో దేవుడు ఉన్నాడని చెప్పవచ్చు, మరొకరు దేవుడు

లేదని చెప్పవచ్చు, ఇంకొకరు దేవుడు ఉన్నాడో లేదో అనవసరం, మానవత్వమే ముఖ్యమని చెప్పవచ్చు. ఎవరి తాత్వికత వారిది. అదే వారి ఆధ్యాత్మికతకు మూలం. ఆధ్యాత్మికత ఒక సిద్ధాంతం కాదు, అది ఒక అంతర్ముఖ అనుభవం.

ఆధ్యాత్మికత అంటే మనసు శుద్ధి, దయ, కరుణ, ప్రేమలతో నిండిన హృదయం. అహంకారాన్ని కరిగించుకోవడం, ఇతరుల బాధను తన బాధగా అనుభవించడం, నిజాయితీగా, న్యాయంగా జీవించడం, స్వార్థాన్ని తగ్గించి సమాజానికి మేలు చేయాలనే సంకల్పం కలగడం. ఇవి లేకపోతే దేవాలయ ప్రదక్షిణలు చేసినా, వ్రతాలు చేసినా, దానాలు చేసినా ఆధ్యాత్మికత పుట్టదు.

నేను ఎవరు? అనే ప్రశ్న మనిషిని లోపలికి తీసుకువెళ్తుంది. నా జీవితం ఇతరులకు ఏ మేలు చేస్తోంది? అనే ప్రశ్న అతనిని సమాజం వైపు మళ్లిస్తుంది. ఈ రెండు ప్రశ్నల మధ్యే ఆధ్యాత్మికత విస్తరిస్తుంది. లోపల అవగాహన బయట సేవ. ఇదే సమగ్ర ఆధ్యాత్మికత. దేవుడిని నమ్మని వాడెవరైనా ఉండవచ్చు. కాని అతను మానవత్వం, నైతికత, బాధ్యతతో జీవిస్తే అతడే నిజమైన ఆధ్యాత్మికుడు.

ఆధ్యాత్మికత దేవుడి పేరు మీద కాదు, మనిషి గుణాల మీద ఆధారపడి ఉంటుంది. దైవభక్తి ఉన్నా లేక పోయినా, మనసులో దయ లేక పోతే అది శూన్యం. దైవనమ్మకం లేకపోయినా, గుండెల్లో ప్రేమ ఉంటే అది పవిత్రం. బయట దేవుణ్ణి వెతుకుతూ మనిషి ప్రపంచాన్ని చుట్టొచ్చాడు. కాని తనలోని మంచితనాన్ని పెంచుకోవడం మరిచిపోయాడు. ఆధ్యాత్మికత అంటే బయట ఉన్న శిలలో దేవుణ్ణి చూడడం కాదు, లోపల ఉన్న కఠినత్వాన్ని కరిగించడం. దేవుడు ఉన్నాడో లేదో అనే వాదన కంటే, మనిషి మంచివాడిగా మారుతున్నాడా అనే ప్రశ్న ముఖ్యమైనది.

ఇంకొక గాఢమైన ప్రశ్న మన ముందుకొస్తుంది. మనం సమర్పించే డబ్బుకు, లంచాలకు, పొగడ్తలకు, దణ్ణాలకు పొంగిపోయి దేవుడు మన పాపాలను క్షమిస్తే దానిలో అర్థం ఏముంటుంది? నిజమైన ధర్మం లావాదేవీలలో కాదు. పాపం చేసి, దానమిచ్చి, తిరిగి పాపం చేయడం ఆధ్యాత్మికత కాదు. అది భయం, వ్యాపారం, దేవుణ్ణి కూడా మన

స్వార్థానికి వాడుకోవడం. నిజమైన ఆధ్యాత్మికతలో భయం ఉండదు, బాధ్యత ఉంటుంది. లావాదేవీ ఉండదు పరివర్తన ఉంటుంది. అహంకారం ఉండదు వినయం ఉంటుంది. బయట ఆచారాలకంటే లోపల ఆచరణ ముఖ్యమవుతుంది.

ఆధ్యాత్మికత మతానికి శత్రువు కాదు కాని మతాన్ని శుద్ధి చేసే శక్తి. మతం గోడలు కడితే, ఆధ్యాత్మికత వంతెనలు కడుతుంది. మతం పేరుతో విభజన వస్తే, ఆధ్యాత్మికత పేరుతో ఏకత్వం వస్తుంది. మతం బాహ్య చిహ్నాలను ఇస్తే, ఆధ్యాత్మికత అంతరంగ విలువలను ఇస్తుంది. కాబట్టి ఆధ్యాత్మికత అంటే మతం కాదు, మానవత్వం. ఆధ్యాత్మికత అంటే భయం కాదు అవగాహన. ఆధ్యాత్మికత అంటే ఆచారం కాదు ఆచరణ, ఆధ్యాత్మికత అంటే బయట దేవుడు కాదు లోపల మంచితనం.

మనిషి తన హృదయాన్ని శుద్ధి చేసుకున్నప్పుడు, ఇతరుల బాధను తన బాధగా భావించినప్పుడు, న్యాయంగా జీవించడానికి సిద్ధమైనప్పుడు అక్కడే ఆధ్యాత్మికత పుడుతుంది. ఆ క్షణంలో అతను హిందువో, ముస్లింవో, క్రైస్తవుడో, బౌద్ధుడో కాదు, అతను మానవుడు. అదే అతని మహిమ. అదే అతని మతం. ఇదే మతాతీత ఆధ్యాత్మికత. ఇదే మానవ ధర్మం.

40. మానవత్వపు మార్గం వైపు ఒక ఆత్మయాత్ర

'మత ధర్మ జననం' గ్రంథం ద్వారా మనం ప్రారంభించిన ప్రయాణం కేవలం చరిత్ర పుటలలో సంచరించడం కాదు, అది మానవ హృదయ గర్భంలోకి చేసిన ఒక లోతైన ఆత్మయాత్ర. ప్రపంచంలోని వివిధ మతాల ఆవిర్భావం, వాటి వ్యాప్తి, సంస్కరణలు, విభజనలు, తత్వాలు, సంఘర్షణలు, పునరుజ్జీవనాలు ఇవన్నీ మనిషి ఆత్మశోధనకు ప్రతిబింబాలుగా నిలిచాయి. ఈ ముగింపు అధ్యాయం ఆ విశాల ప్రయాణానికి ఒక సమగ్ర సంక్షిప్త రూపం మాత్రమే కాదు, అది హృదయానికి తాకే ఒక ఆత్మీయ సందేశం కూడా.

మానవ చరిత్రోదయంలో మతబీజాలు భయం, విస్మయం, ప్రకృతి వైభవం, మరణ రహస్యాల వంటి ఆంతర్యానుభవాల మధ్య అంకురించాయి. ఆకాశంలో మెరుపు ఎందుకు చెలరేగుతుంది, సూర్యుడు ప్రతిదినం ఎందుకు ఉదయిస్తాడు, జీవి ఎందుకు మృత్యువుకు లోనవుతాడు? ఈ ప్రశ్నలకు సమాధానాలు తెలియని ఆదికాలంలో మనిషి ప్రకృతిని దైవస్వరూపంగా దర్శించి ఆరాధించాడు. ఆ ఆరాధనలో అతనికి ఒక ఆత్మీయ భరోసా లభించింది, ఆ భరోసానే క్రమేపి ధర్మస్వరూపంగా పరిణమించింది.

అయితే మతం కేవలం భయస్ఫూర్తి కాదు. అది ఒక ఆశారశ్మి, ఒక నైతిక నియమావళి, ఒక సామూహిక స్వరూపబోధ. సమాజాన్ని ఏకబంధంగా నిలిపే ఆత్మసూత్రమే మతం. ప్రతి మతం తన ఆవిర్భావ క్షణంలో మానవ హృదయాన్ని మృదులంగా స్పృశించిన ఏదో ఒక శాశ్వత విలువను ప్రతిపాదించింది. ప్రేమ, కరుణ, సత్యం, సమానత్వం, అహింస, సేవ, దైవభక్తి. ఇవే మతజననానికి మూలాధారాలు, ఇవే మానవతకు మహోన్నత మార్గదర్శకాలు.

హిందూమతం అనేది ఒక అఖండ నిరంతర ప్రవాహం. వేదసమితుల ఉదాత్త నినాదాలనుండి ఉపనిషత్తుల ఆత్మవిచారణ గంభీరత వరకు, భక్తి ఉద్యమాల హృదయస్పర్శి గీతాలనుండి ఆధునిక సంస్కరణోద్యమాల చైతన్యధార వరకు, అనేక

రూపాంతరాలను ఆవహిస్తూ కాలస్రవంతిలో సాగివచ్చిన సనాతన జీవనవేదం. బౌద్ధం మానవ దుఃఖానికి మూలకారణాలను అన్వేషించి, కరుణామయ అష్టాంగ మార్గాన్ని ప్రపంచానికి ప్రసాదించింది.

జైనమతం అహింసనే పరమోన్నత ధర్మసూత్రంగా ప్రతిష్ఠించి, జీవకారుణ్యానికి శాశ్వత దిశానిర్దేశం ఇచ్చింది. క్రైస్తవం ప్రేమ, క్షమ, సేవా తత్త్వాలను తన హృదయకేంద్రంగా స్థాపించి మానవత్వాన్ని ఆలింగనం చేసుకుంది. ఇస్లాం ఏకదైవ సిద్ధాంతమనే మహత్తర భావంతో సమానత్వ సందేశాన్ని ప్రబోధించింది. సిక్కు మతం భక్తి, ధైర్యసాహసాలను ఏకమై యుగధర్మంగా ఆవిష్కరించింది. యూదమతం, జరోస్ట్రియన్ మతం, షింటో, తావో, కన్ఫ్యూషియన్ తత్త్వాలు తమ తమ యుగాలకు అనుగుణంగా సమాజ నిర్మాణానికి దిశానిర్దేశం చేసిన ఆధ్యాత్మిక దీప్తులు. వీటన్నిటి అంతరాళంలో ఒకే సామాన్య ధార ప్రవహిస్తుంది. మానవుడు తనకన్నా అతీతమైన పరమ దివ్యశక్తిని సాక్షాత్కరించి, ఆ దివ్య మహిమా సన్నిధిలో నమ్రతతో, ఆత్మనివేదనతో నిలిచియుండుట.

మతాల వ్యాప్తి కేవలం ఆధ్యాత్మిక ఉపదేశధారల ద్వారానే సంభవించలేదు, రాజకీయ అధికారాల ప్రభావం, సామ్రాజ్య విస్తరణలు, వాణిజ్య మార్గాలు, యుద్ధ సంచలనాలు, సంస్కృతుల పరస్పర సంగమాలు. ఇవన్నియు కలసి మతప్రచారానికి మార్గదర్శక శక్తులయ్యాయి. కొన్నిసార్లు మతం స్నేహసౌమ్యతలతో హృదయాలను గెలుచుకుంది, మరికొన్నిసార్లు బలవంతపు ప్రవాహాలవలె వ్యాపించింది.

ఈ పరిణామక్రమంలో మతాలు స్థానిక సంస్కృతుల సుగంధాన్ని ఆహ్వానించాయి, కొన్ని సందర్భాల్లో వాటిని మరుగునపర్చాయి, మరి కొన్నిసార్లు పరస్పర విలీనమై కొత్త రూపాలను సంతరించుకున్నాయి. సిద్ధాంత భేదాలు, ఆచార వైవిధ్యాలు, రాజకీయ ప్రయోజనాలు విభజనలకు కారణమయ్యినప్పటికీ, ఆ విభిన్న ధారల అంతరాళంలో ఒకే ఆత్మసూత్రం చిరస్థాయిగా నిలిచింది. ధర్మం అనేది నైతిక జీవన విధానం.

సంస్కరణ అనేది బాహ్య పరివర్తన మాత్రమే కాదు, అది ఒక అంతరంగ పునరుజ్జీవనం, ఆత్మస్మరణ. ప్రతి మతమూ కాలక్రమంలో తనలోనే సంస్కరణ ధారను అనుభవించింది. భక్తి ఉద్యమాల హృదయనాదాలు, సూఫీ సంతుల ప్రేమస్వరాలు, బౌద్ధ పునరుద్ధానోద్యమం, ప్రొటెస్టంట్ రీఫార్మేషన్ సంచలనం, ఆర్యసమాజం, బ్రహ్మసమాజం, అంబేద్కర్ ఉద్యమం. ఇవన్నియు మతం తన ఆది మూల్యాలకు పునరాగమనం చేయు ప్రయత్నాలే.

సంస్కరణల సజీవ స్పర్శతో మతం ప్రాణవంతమౌతుంది. కఠినత్వం, స్థబ్దతలతో అది క్షీణిస్తుంది. మార్పును ఆలింగనం చేసుకొనినప్పుడే మతం శాశ్వతత్వాన్ని సంతరించుకొంటుంది.

మతమును రాజకీయాధికారముతో అనేకసార్లు కలసికట్టుగా చూచిన దృష్టాంతాలు చరిత్రసాక్ష్యాలుగా నిలిచియున్నవి. కొన్ని సమయములందు మతము న్యాయం, సమానత్వముల కొరకు ధైర్యవంతముగా పోరాడినది, మరికొన్ని సమయములందు అది అధికారాసక్తికి సాధనమై మారినది. ఈ అనుబంధము సమాజ నిర్మాణానికి పునాదిగా నిలువగలదు, అదే సమయమున విభజనలకు విత్తనమై మారగలదు.

మతము రాజకీయమునకు సేవకుడై దిగజారినచో ప్రమాదము, రాజకీయము మతమును స్వార్థార్థమున వినియోగించినచో అదియూ ప్రమాదకరమే. కాని మతము తన నైతిక జ్యోతిని రాజకీయక్షేత్రమునకు ప్రసాదించినపుడే సమాజము ఆరోగ్యవంతమగును.

అధునాతన యుగమున విజ్ఞానవిజృంభణ, సాంకేతిక ప్రగతి, ప్రపంచీకరణ ప్రభావముల మధ్య మతము తన స్థానమును పునఃపరిశీలించుచున్నది. యువతరములో ప్రశ్నోన్ముఖ ధోరణి వృద్ధిచెందినది, అంధవిశ్వాసములపై విమర్శారవాలు వినిపించుచున్నవి. అదే కాలమున ఆధ్యాత్మికతపై ఆసక్తి మరింత లోతుగా పెరుగుచున్నది.

మతము ఇక బలవంతానుసరణీయ వ్యవస్థ కాదు, చైతన్యపూర్వకమైన ఎంపికగా అవతరించుచున్నది. ఈ పరిణామము మతములను సహనస్వభావముతో, విశాలదృష్టితో నిలువమని ఆహ్వానించుచున్నది.

గౌతమ బుద్ధుడు దుఃఖనివారణ మార్గమును ఉపదేశించెను. యేసుక్రీస్తు ప్రేమామృతమును బోధించెను. ముహమ్మద్ సమానత్వసూత్రమును ప్రతిపాదించెను. మహావీరుడు అహింసాధర్మమును స్థిరపరచెను. గురు నానక్ భక్తి, సేవామార్గములను ఏకీకరించెను. లావోజి సహజస్వరూప జీవనమును సూచించెను.

కన్ఫ్యూషియస్ నైతిక సమాజ స్వరూపమును కలగనెను. వారి సందేశములు కాలప్రమాణమును దాటి, సంస్కృతి భేదములను అధిగమించి, మానవ హృదయమును సున్నితముగా స్పృశించెను. వారి ఉపదేశములు ఒకే దిశను సూచించెను 'మానవుడవై మానవతతో జీవించుము'.

ప్రతి మతములో విభజనల ప్రక్రియ సంభవించినది. ఆ విభేదముల మూలమున మానవ స్వభావమే నిలిచియున్నది. అధికారాసక్తి, భావభేదం, స్వార్థప్రవృత్తి. మతము స్వరూపతః ఆధ్యాత్మిక మార్గమే, అయితే మనుష్యుడు దానిని సామాజిక, రాజకీయ సాధనముగా వినియోగించినపుడు విభేదాలు విస్తరించెను. అయినప్పటికిని, ఈ విభజనల అంతరాళమున అనేక మతముల సాధారణ విలువలు ఏకస్వరూపమై ఉన్నవి అనే సత్యమును మనము హృదయ పూర్వకముగా గ్రహించ వలసియున్నది.

మతములు ఆవిర్భవించెను, కాని మానవత్వము వాటి కంటే పూర్వమే సజీవముగా నడచివచ్చిన శాశ్వత సత్యం. ధర్మరూపాలు కాలానుగుణముగా మారుచుండగలవు, అయితే సత్యతత్త్వము స్థిరముగా నిలిచియుండును. విభజనల వాయువులు వీచినచో కూడ ప్రేమస్వరూపిణి మానవత్వమే హృదయములను ఏకముచేయగలదు. మతము ఒక మార్గము మాత్రమే పరమలక్ష్యం కాదు. పరమలక్ష్యం మానవ శ్రేయస్సు, మానవోన్నతి.

ఈ గ్రంథమును పఠించిన మీరు ఒక ప్రశ్నను స్వయమునకు ఉంచవలెను 'నేను ఏ మతానికిచెందినవాడను?' అనే ప్రశ్నకన్నా 'నేను ఎంత సత్స్వభావియను, ఎంత

మానవతామయుడను?' అనే ప్రశ్న గొప్పది. మతము దేవుని తత్త్వమును వివరిస్తుంది, కాని మనిషి మనిషిని ప్రేమించుట నేర్పినపుడే అది నిజమైన ధర్మముగా అవతరిస్తుంది. దేవాలయములు, మసీదులు, ప్రార్థనా మందిరములు, గుడులు ఇవన్నియు పవిత్రస్థలములే. అయితే మన హృదయములు పవిత్రములై యుండనిచో అవి కేవలం భౌతిక నిర్మాణమాత్రములే.

నేటి లోకం మత, జాతి, భాష, వర్ణ, దేశ భేదముల విభజనలతో నిండియున్నది. ఈ గోడలను కూలద్రోయగల శక్తి మతముల అసలు సారాంశములోనే నిహితమై యున్నది. కరుణ, ప్రేమ, సమానత్వము. ఒక ఆత్మపరిశీలన మన ముందుంచు ప్రశ్నలు గంభీరములు. మనము మతమును అనుసరించుచున్నామా లేక మతనామమున అహంకారమును పోషించుచున్నామా, మన ప్రార్థన హృదయస్ఫూర్తమా లేక కేవలం ఆచారానుసరణమా, మన విశ్వాసము ఇతరులను ద్వేషించమని ఉపదేశించుచున్నదా లేక ప్రేమించుమని ఆజ్ఞాపించుచున్నదా? ఈ ప్రశ్నలకు లభించే సమాధానములే మన జీవితదిశను నిర్ణయించును.

భవిష్యత్తులో మతము మరింత సంభాషణాత్మకముగా రూపాంతరం చెందవలెను. పరస్పర గౌరవభావము వృద్ధిచెందవలెను. అంతర్మత సంభాషణలు సమాజసౌఖ్యానికి అవశ్యకములు. బాలలకు కేవలం మతపాఠములు గాక, మానవతా పాఠములే ప్రధానముగా బోధింపబడవలెను. మతము మనల్ని విభజించుటకై కాదు, సమగ్రతకు నడిపించుటకై ఉండవలెను.

'మత ధర్మ జననం' చరిత్రకథనం మాత్రమేగాదు, అది మానసిక మేల్కొలుపునకు పిలుపు. ప్రతి మతము ఒక దీపమైతే, మానవత్వము సూర్యస్వరూపము. దీపములు అనేకముగా వెలిగినను, వెలుగు తత్వము ఏకమే. ఎవ్వరినీ చిన్నచూపు చూడక, ప్రతి విశ్వాసమును గౌరవించి, సత్యాన్వేషణలో జీవించుటే మన ధ్యేయము. మతము మార్గదర్శకత్వమును ప్రసాదించగలదు. కాని మన హృదయములు ప్రేమతో పరిపూర్ణమై యుండినప్పుడే ఆ మార్గము శోభాయమానమగును.

ఈ గ్రంథ సమాప్తి వేళ, నా అంతరంగ గర్భమునుండి ఉద్భవించు ఒకే ఒక ప్రార్థన ఇదే, మనుష్యులు మత నామములతో కాదు, మానవత్వ మహిమాన్విత నామముతో పరస్పరం కలిసిపోవలెను. ధర్మము విభేద గోడలుగా ఎదగక, హృదయములను కలుపు సేతువులై రూపాంతరం పొందవలెను. భూమండలం సమస్త జీవులకు ఒకే కుటుంబమని భావించే విశాల దృష్టి మన చింతనలకు దిశానిర్దేశం చేయవలెను.

అనేక మతాలు, అనేక మార్గాలు, అనేక ఆచారాలు ఉన్నా, అంతిమ గమ్యం ఏకమేగాని భిన్నము కాదు. ప్రేమ సౌరభముతో పరిమళించు, న్యాయప్రకాశముతో వెలిగే, కరుణామృతముతో నిండిన మానవ సమాజ నిర్మాణమే ఆ పరమ లక్ష్యం.

మన విశ్వాసాలు మనలను విభజింపక, సమగ్రత వైపు నడిపించునట్లు ఉండవలెను. మన హృదయాలు కఠిన శిలలవలె కాక, స్నేహస్నిగ్ధ సరోవరములవలె పరస్పరానురాగాన్ని ప్రతిబింబించవలెను. అప్పుడు మాత్రమే ధర్మం తన అసలైన మహిమను ప్రస్ఫుటపరచును, అప్పుడు మాత్రమే మానవత్వం తన దివ్య కాంతిని విరజిల్లించును.

ఆధునిక యుగోదయంలో శాస్త్రీయ ఆవిష్కరణలు మానవ జీవన గమనమును విస్మయకరముగా రూపాంతరం చేసిరి. చింతన పరిమళించి విస్తరించెను; ప్రకృతి గూఢరహస్యములు ఒక్కొక్కటిగా విపులమై మన దృష్టికి ప్రత్యక్షమయ్యెను. అయినప్పటికిని ఈ విప్లవాత్మక పరివర్తనల మధ్య ఒక శాశ్వత సత్యం అచంచలముగా నిలిచియున్నది. మతప్రభావం ప్రత్యక్షరూపమున క్షీణించినట్లు కన్పించినా, మానవజీవన యాత్రనుండి అది పూర్తిగా లయించలేదు.

మన సంస్కారములలో, మన విలువలలో, మనస్సాక్షి మౌనసాక్షిగా నిలిచియున్న ఆ అంతర్ముఖ శక్తియే ధర్మస్ఫూర్తి. మతము కేవలం ఆచార సముచ్చయము కాదు, అది మానవత్వాన్ని మేల్కొల్పు చైతన్యజ్యోతి. శాస్త్రము కేవలం యంత్రముల సమాహారం కాదు; అది విచక్షణా ప్రబోధిత బుద్ధి ప్రకాశము. ఇవిరువురును విరోధులు కారరు. పరస్పర పూరకులై సమగ్ర మానవాభివృద్ధికి దోహదపడవలెను.

భగవద్గీత లో 'యోగః కర్మసు కౌశలం' ఇతి ఉపదేశించి, జ్ఞానపూర్వకముగా, నైపుణ్యసహితముగా నిర్వహిత కర్తవ్యమే యోగమని బోధించెను. అదే గ్రంథమునందు 'విద్యా వినయ సంపన్నే...' ఇతి వాక్యమున ద్వారా సమదృష్టి తత్త్వమును ప్రతిపాదించెను. సమత్వదృష్టియే పాండిత్య లక్షణమని స్పష్టం చేసెను. ఇదే మానవసామ్య సిద్ధాంతపు మూలసూత్రము. శాస్త్రము బాహ్య జగత్తు వైభవమును అవగాహన చేయమని పిలిచినచో, మతము అంతరంగ విశ్వమును దర్శింపమని ఆహ్వానించుచున్నది.

ఉపనిషత్తులు 'సత్యం వద, ధర్మం చర' ఇతి ఆజ్ఞాపించుచు సత్యాన్వేషణకు, ధర్మాచరణకు పునాది వేయుచున్నవి. సత్యాన్వేషణ శాస్త్రస్వరూపము, ధర్మాచరణ మానవ సంబంధ సౌభ్రాతృత్వానికి మూలము. ఇవి ఏకమైతేనే సమగ్ర పురోగతి సాధ్యమగును.

బసవేశ్వరుడు 'కాయకవే కైలాస' ఇతి ఉపదేశమునందు శ్రమనే శివారాధనగా ప్రతిపాదించెను, నిజాయితీ కృషిద్వారానే పరమపదసాధన సాధ్యమని బోధించెను. ఆచరణాత్మకతను, పరిశీలనాత్మక దృక్పథమును సమన్వయింపజేసిన ఆధ్యాత్మిక సందేశమిదే.

శ్రీ నారాయణ గురువు 'ఒకే జాతి, ఒకే మతం, ఒకే దేవుడు మనుషులకు' ఇతి ప్రకటించి మానవ సమానత్వ ధ్వజమును ఎగరెత్తెను. ఓషో 'సత్యాన్వేషణ చేయుము, నమ్మకబంధనమునకు లోనుకాకుము' ఇతి ప్రబోధించి ప్రశ్నించు మనస్సును ప్రోత్సహించెను. పతంజలి మహర్షి యోగసూత్రాల లో యోగశ్చిత్తవృత్తి నిరోధః' ఇతి సూత్రమున ద్వారా మనస్సు శుద్ధిని పరమావశ్యకతగా ప్రతిష్ఠించెను.

ఈ సమస్త వాణులు ఒకే సారాన్ని వినిపించుచున్నవి. మతము బంధనార్థము కాదు, విమోచనార్థము, శాస్త్రము అహంకారవృద్ధికి కాదు, అవగాహన వికాసానికి.

పాఠకమహాశయా! శాస్త్రజ్ఞానమును ఆహ్వానించుము అయితే మానవత్వరత్నమును విసర్జింపవద్దు. మూఢనమ్మకాల శృంఖలములకు బంధింపబడకుము. విచారణ, పరిశీలన, ప్రేమ, సహన ఇవే యుగధర్మ చతుష్టయము కావలెను. ఖురాన్ జ్ఞానప్రాప్తి

అనంతరం మననం చేయుమని ఉపదేశించుచున్నది. బైబిల్ 'నీ పొరుగువానిని నీలాంటి వానిగా ప్రేమించుము' ఇతి ఆజ్ఞాపించుచున్నది.

ప్రపంచమునందలి ప్రతిమతగ్రంథమునకు అంతిమ సందేశము ఏకమే. ప్రేమ, సత్యం, కరుణ. మానవజీవిత పరమలక్ష్యం పరస్పర గౌరవభావముతో, శాస్త్రీయ దృష్టిసహితముగా, మానవత్వ దీప్తిలో ముందుకు సాగుటయే. మతము హృదయాన్ని పరిశుద్ధ పరచవలెను, శాస్త్రము బుద్ధిని పదునుపెట్టవలెను. ఇవిరువురి సమన్వయమునందే సమాజ సమతుల్యత, శాంతి, శ్రేయస్సులు నిత్యముగా వికసించును.

మతములు విభిన్న రూపములతో వికసించినను, మానవ హృదయ కరుణాస్వరూపమే వాటి పరమార్థమని గ్రహింపవలెను. విభేద రేఖలతో విభిన్నమైన లోకాలనును ప్రేమరసమయ సేతువే మళ్లీ ఏకముగా కట్టించును. ఆచారావరణములను అధిగమించి సత్యస్వరూపాన్ని దర్శించిన దినమే ధర్మజనన సార్థకత సిద్ధించును. మనుజుడు మనుజుని ఆలింగనించు క్షణమే భువనమంతట, హృదయమంతట దివ్యప్రకాశము విరాజిల్లును. ఇదే 'మత ధర్మ జననం' గ్రంథ హృదయనినాదము మరియు నా అంతరాత్మ స్వరం.

మీ

(నూతలపాటి నాగేశ్వర రావు)

గ్రంథస్రష్ట

Ph: 9490742134

గ్రంథస్రష్ట, నూతలపాటి నాగేశ్వర రావు గారి విశిష్ఠ రచనలు

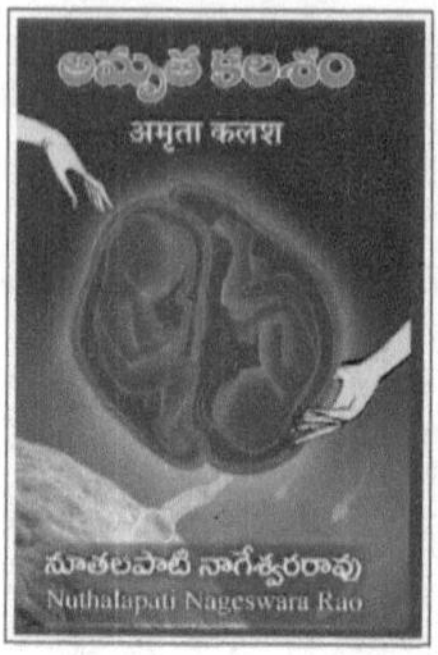

పై పుస్తకములన్నియూ ఆర్డరు పై Amazon, Flipkart ల ద్వారా పొందవచ్చును.

తమ సందేహాలకు, తదుపరి సమాచారము కొరకు మరియు తమ రచనల

ప్రచురణకై 'కస్తూరి విజయం' ప్రచురణ కర్తలను

Email: www.kasturivijayam.com / kasturivijayam@gmail.com

Ph: +91 9515054998 ద్వారా సంప్రదించ వచ్చును.

www.ingramcontent.com/pod-product-compliance
Lightning Source LLC
LaVergne TN
LVHW032106041026
849518LV00010B/3014
* 9 7 8 8 1 9 8 8 1 8 4 4 7 *